உயிர்ச்சொல்

கபிலன் வைரமுத்து

டிஸ்கவரி பப்ளிகேஷன்ஸ்
எண்: 9, பிளாட் எண்: 1080A, ரோஹிணி பிளாட்ஸ்
முனுசாமி சாலை, கே.கே.நகர் மேற்கு,
சென்னை - 600 078. பேச: 99404 46650

உயிர்ச்சொல்
ஆசிரியர்: கபிலன் வைரமுத்து©
ஓவியங்கள்: மதிவதனி

UYIRCHOL
Author: **Kabilan Vairamuthu**©
Illustration : Mathivadhani

Printed at : Ramani Print solutions,
Triplicane, Chennai - 600 005.
First Edition: July - 2021
வெளியீட்டு எண்: 0003
ISBN: 978-81-953269-1-4
Pages: 160

Rs. 200

Publisher • Sales Rights

Discovery Publications	**Discovery Book Palace (P) Ltd**
No. 9, Plot,1080A, Rohini Flats, Munusamy Salai, K.K.Nagar West, Chennai - 600 078. Mobile: +91 99404 46650	No. 6, Mahaveer Complex, Munusamy Salai, K.K.Nagar West, Chennai-600 078. Ph: (044) 4855 7525 Mobile: +91 87545 07070

discoverybookpalace@gmail.com
WWW.DISCOVERYBOOKPALACE.COM

இந்த நூலில் பிரசுரமாகியுள்ள எந்த ஒரு பகுதியையும் பதிப்பாளரின் எழுத்துபூர்வமான முன்அனுமதி பெறாமல் எடுத்தாள்வதோ, மறுபிரசுரம் செய்வதோ, மொழியாக்கம் செய்வதோ, அச்சு மற்றும் மின்னணு ஊடகங்களில் மறுபதிப்புச் செய்வதோ, காப்புரிமைச் சட்டப்படி தடை செய்யப்பட்டுள்ளது. இந்த நூலிலிருந்து குறிப்பிட்ட பகுதிகளை மேற்கோள்காட்டி புத்தக விமர்சனம் செய்ய, ஊடகங்களுக்கு மட்டும் அனுமதி உண்டு.

உங்கள் மொபைல் போனிலிருந்து ஸ்கேன் செய்து 'டிஸ்கவரி புக் பேலஸ்' மொபைல் ஆப்பை டவுன்லோடு செய்து, புத்தகங்களை வாங்குங்கள்.

நன்றி

Dr. Padmini M.B.B.S., D.P.M.
Dr. V.Manakavalaperumal, M.D.,
Dr. G.Sivaraman, B.S.M.S., Ph.D.,

முன்னுரை

‘எங்க வாழ்க்கைல ஒரு சின்ன வலி இருக்கு இந்த சமூகத்தோட பகிர்ந்துக்க விரும்பறோம் அது எழுத்து மூலமா புத்தக வடிவமா இருந்தா நல்லா இருக்கும்னு தோணுது...’ - சென்னை ப்ரவுன் ஸ்டார் விடுதியில் நண்பர் ஜனார்த்தனன் தன்னை அறிமுகப்படுத்திக்கொண்டது இப்படித்தான். அவர் தன் கதையைத் தொடங்குவதற்கு முன் வேறு ஓர் எழுத்தாளரிடம் இந்த பொறுப்பை ஒப்படைத்துவிடலாம் என நினைத்திருந்தேன். ஆனால் தன் நீண்டநேர உணர்வுப்பொழிவுக்கு அவர் முற்றுப்புள்ளி வைத்தபோது சுடச்சுட வந்த சூப், குளிர்பானம் ஆகியிருந்தது. அதன் தட்பவெப்பநிலை போல என் விருப்பமும் மாறிவிட்டது. இதை நான்தான் எழுதவேண்டும் என்று உறுதி செய்து கொண்டேன். என் இரண்டாம் நாவலுக்கான நதிக்கரையை அன்று அடைந்துவிட்டேன்.

ஜனாவும் அவர் மனைவி உமாவும் உளவியல் ரீதியான துயரங்களை அடைந்திருக்கிறார்கள். ஆனால் அவர் தன் கதையைச் சொல்ல சொல்ல அந்த உளவியலுக்குள் ஓர் உலகவியல் ஒளிந் திருப்பதைக் கண்டுகொண்டேன். முத்துக்குமார்

தீக்குளிப்பு, எகிப்து புரட்சி, ஊழலுக்கு எதிரான போராட்டங்கள், அரசியலில் பிரதிநிதித்துவம் இல்லாமல் தொண்டர் நிலையில் துவண்டு போகும் இளைஞர் கூட்டம், தமிழ்நாட்டில் மாற்று அரசியலுக்கான பரிசோதனைகள் என்று பல சமூகப் போராட்டங்களின் கட்டமைப்பை உமா ஜனார்த்தனனின் மனப்போராட்டத்தில் காண முடிந்தது.

மருத்துவச் செய்திகளால் ஆக்கப்பட்டிருந்தாலும் இந்த நாவல் ஒரு மருத்துவ அறிக்கை அல்ல. ஒரு குழந்தை சில வண்ணங்களை அள்ளி ஒரு வெள்ளைக் காகிதத்தில் அங்குமிங்குமாய்த் தெளிப்பதுபோல, பரிணாமம் பெறாத ஒரு சமூக மாற்றத்தின் முகம் பார்க்க முயற்சித்திருக்கிறேன்.

மனத்தளத்தில் ஓர் உண்மையும் மண்ணில் ஒரு கற்பனையும் இழைந்தோடச் செய்திருக்கிறேன். எது உருவம் எது பிம்பம் யானறியேன்.

அன்புடன்,
கபிலன் வைரமுத்து

1

நாளொன்றுக்கு, இந்த ஜன்னல்வழி ஒற்றைக் கீற்று எத்தனை வண்ணங்களை வெளிப்படுத்துகிறது என்பது ஆச்சரியம் அளிக்கிறது. இன்று நான் பார்த்த வண்ணங்கள் என்று ஒவ்வொரு நாளும் வெவ்வேறு

நிறங்களைத்தான் என் கணவரோடு பகிர்ந்துகொள்கிறேன். ஒரு குழந்தையின் கதைக்குத் தரப்படும் அனைத்து மரியாதைகளையும் என் வார்த்தைகளுக்குத் தருவார். எதிர்பாராத சமயங்களில் என் வார்த்தைகளை மேற்கோள் காட்டி எனக்கு முழுமையாகக் காது கொடுக்கிறார் என்பதை அலட்டிக்கொள்ளாமல் உறுதிப்படுத்துவார். அதிகாலை அவர் அலுவலகம் புறப்பட்டுப் போனாலும் நேற்று மாலை அவர் என்னோடு இருந்த நிமிடங்கள் என்னோடே இருக்கும். ஒவ்வொரு மாலையும் அந்த நிமிடங்கள் புதுப்பிக்கப்பட்டாலும் – சில நேரங்களில் அவரது சுண்டுவிரலை மட்டுமே நான் பற்றியிருப்பது போன்ற வெறுமை தோன்றும். எதிரில் இருக்கிறது எங்கள் வாழ்க்கையின் ஆழமான ஆறு மாதங்கள். நாங்கள் பிரிய விரும்பாத மாதங்கள்.

இன்று காலை இந்த வாடகை வீட்டின் கூடத்தில் நாங்கள் தேநீர் பருகப் போகும்போதும், 'உங்களுக்குக் குழந்தை வாய்ப்பில்லை...' என்ற சொற்கள் கோப்பைகளில் ஆவி பறந்து கொண்டிருந்தன. சில நொடிகள் கழித்துதான் பருகத் தொடங்கினோம். ஓவியக் கலையைப் பற்றி எதுவுமே தெரியாத ஒருவர் – ஒரு நவீன ஓவியத்தைப் பார்த்து உடனடியாக ஒரு தீர்மானத்திற்கு வந்துவிடுவதைப்போல சில மருத்துவமனைகள் கொடுத்த அவநம்பிக்கைகளை அடுக்கி வைத்துக்கொண்டு அழுதிருந்தோம். எத்தனையோ போராட்டங்களுக்கும் புரிதல்களுக்கும் பின் – என் கருவில் இன்று ஒரு குட்டி நிலா. நான்கு மாதங்களாய்க் காய்ந்துகொண்டிருக்கிறது.

காற்று வீசுகிறதோ இல்லையோ – எங்கள் வீட்டுக் கூடத்தில் நாங்கள் அமைத்திருக்கும் செம்மரத் தொட்டில் ஆடிக்கொண்டுதான் இருக்கும். அவமானங்கள் எங்கள் இதயங்களைப் புரட்டிப் போட்டுக்கொண்டிருந்தபோது ஒருநாள் அமலன் இதை வாங்கி வந்தார். தோட்டத்தில் இலைகளை எண்ணிக்கொண்டிருந்த என்னை அழைத்தார். 'தருணா... இந்தத் தொட்டில் ஒனக்குப் புடிச்சிருக்கா? – வேற கலர் வாங்கலாமா?' என்று அவர் கேட்டபோது ஓடிச்சென்று அவரைக் கட்டிப்பிடித்து அழுதேன். அவரும் அழுதார். அந்தத் தொட்டில் முதன்முதலில் தாலாட்டியது – தனக்குள் விழுந்த எங்கள் இருவரின் கண்ணீர்த் துளிகளைத்தான்.

காதலர்கள் தங்கள் ரகசியங்களை, சிறுவர்கள் தங்கள் கனவுலகத்தை, இளைஞர்கள் தங்கள் நட்பு வட்டாரக் குறிப்புகளைப் பதிவு செய்யும் இந்த SLAM BOOK ஒன்றையும் என்னிடம் கொடுத்தார். 'உன் உணர்வுகளை எழுது' என்று என் மடியில் இதை மறைத்தார். 'நான் எழுதணும்னா நீங்களும் எழுதணும் – ஒருநாள் நான் – மறுநாள் நீங்க? சரியா?' என்று அடம்பிடித்தேன். 'நீ எழுதினா அது நமக்குப் பொறக்கப் போற குழந்தையப் பத்தி மட்டும் இருக்கும் – நான் எழுதினா அதுல உலகச்செய்திகள் எல்லாம் இருக்கும் – வேணாமே' என்று பின்வாங்கினார். ஓரிரு நாட்கள் ஊடலுக்குப்பின் இன்றுதான் ஒத்துழைப்பதாகச் சொல்லியிருக்கிறார்.

பல நாட்களாக இந்த நோட்டுப் புத்தகத்தைத் திறக்க வில்லை. இன்று அதிகாலை எங்கள் வாசலில் கிடந்த ஊமை பால் பாக்கெட் எனக்குள் ஓர் அழுத்தமான தனிமை உருவாகிக்கொண்டிருப்பதை உணர்த்தியது.

எழுதத் தொடங்கலாம் என்று திறந்தபோது ஒரு பழைய புன்னகை காத்துக்கொண்டிருந்தது. கடந்த திருமண நாள் அன்று அமலனுக்கு நான் பரிசளித்திருந்த ஓவியத்தை முதல் பக்கத்தில் இணைத்திருக்கிறார். சில வார்த்தைகள் எழுதிய பின்தான் தோன்றுகிறது எப்பொழுதோ தொடங்கியிருக்கலாமே என்று.

2

குழந்தையின் மிட்டாய்ப் படலத்தை ஸ்நிக்கர்ஸ், பவுண்டி, மார்ஸ் என்று சாக்லெட்டில் தொடங்காமல், தேன் மிட்டாய், கமர்கட், நெய் அப்பம், தேன் – தினை மாவு என்று தொடங்க வேண்டும் என்பது என் ஆசை. தருணாவின் ஆசையும் அதுதான். இந்தப் பட்டியலில் கமர்கட் கிடைக்கும் இடத்தைக் கண்டறிந்துவிட்டேன். திருவான்மியூரில் அமைந்திருக்கும் 'ழ Café.' தருணாவுக்கும் ஒன்று வாங்கி வந்தேன். அவள் அதை சாப்பிட்டு பார்த்துவிட்டு 'We are on the right track' என்று பாராட்டினாள். தருணா குளிக்கச் சென்றுவிட்டாள். நான் வீட்டின் பால்கனியில் நின்று தேநீர் பருகிக்கொண்டே எழுதுகிறேன். அந்த ஏழு பேரின் முகங்கள் ஒன்றோடு ஒன்று குழைந்து, வந்துபோகின்றன.

இன்று நான் கமர்கட் வாங்குவதற்காக ழ Café போகவில்லை. குழந்தை பிறக்கப் போகும் ராசியோ என்னவோ என் கன்சல்டன்சி கம்பெனிக்குப் புதுப்புது வாய்ப்புகள் கிடைத்துக் கொண்டிருக்கின்றன. அதில் ஒன்றுதான் இன்று கையெழுத்திடப்பட்டது. இதுவரை சில கிரிக்கெட் போட்டிகளுக்கும், உணவகங்களுக்கும், கண்காட்சிகளுக்கும், சில விளம்பர நிறுவனங்களுக்கும் மீடியா கன்சல்டன்டாகப்

பணி புரிந்திருக்கிறோம். இந்த முறை ஒரு புது அனுபவம். ஒரு தன்னார்வத் தொண்டு நிறுவனத்திற்கு சர்வீஸ் வழங்க இருக்கிறோம்.

நான்தான் கொஞ்சம் தாமதம். ழ Café வாசலில் கம்பீரமாக அமர்ந்திருக்கும் அய்யனார் சிலையைச் சுற்றி நின்றுகொண்டு 'நாளை' நிறுவனத்தின் தலைமைக் குழுவைச் சேர்ந்த ஏழு பேரும் என்னை வரவேற்றனர். 'அந்த அரிவாள எடுத்து என்ன போட்றாதீங்க... sorry for the delay' என்று கெஞ்சியவாறு நுழைந்தேன். ஓரிரு பாரம்பரிய அடையாளங்களைத் தாங்கி நின்றன அந்த அறைகள்.

பரமபதம் ஆட்டத்தை அடிப்படையாகக் கொண்டு அமைக்கப்பட்டிருந்த அறையில் அமர்ந்தோம்.

இருவர் மருத்துவர்கள். இருவர் மென்பொருள் வல்லுநர்கள். ஒருவர் சினிமா எழுத்தாளர். ஒருவர் ரியல் எஸ்டேட் தொழிலதிபர். ஒருவர் கல்லூரி விரிவுரையாளர். யாருடைய முகத்திலும் முப்பத்து இரண்டு வயதிற்குமேல் எழுதப்படவில்லை.

அந்த அறையைவிட்டு எழுந்தபோது – அந்த எழுவரை என்னால் தனித்தனி உருவமாகப் பார்க்க முடியவில்லை. சமூகத்திற்கான அவர்களுடைய மேம்பட்ட எண்ணங்கள் என்னை பிரமிக்க வைத்தன. படித்தோமா – வேலை பார்த்தோமா – அடிப்படைத் தேவைகளுக்குமேல் ஓர் ஆப்பிள் கணினி வாங்கும் அளவிற்கு சம்பாதித்தோமா என்று வாழ்க்கையை வெறும் சரக்கு வண்டியாகப் பார்த்துக்கொண்டிருக்கும் எனக்கு இந்தச் சந்திப்பு இளைப்பாறுதலாக இருந்தது.

'பெனிடிக்ட் ஆண்டர்சன் சொன்னதுபோல எல்லாமே கற்பனைதான் அமலன். இதுதான் இந்தியா – இதுதான் லிபியா அப்பிடினு எல்லைப் பிரிவினை நடக்கறதுக்கு முன்னாடியே கோடுகள் இருந்துச்சா என்ன? 'இப்படி இருந்தா நல்லா இருக்கும்'னு காலம் காலமா எத்தனையோ கற்பனைகள். போர், மதம், இனப்படுகொலை, கல்வி, அரசியல், விளம்பரம் இதெல்லாம் அந்தக் கற்பனைகள நம்பிக்கைகளா மாத்தக் கையாளப்படும் வழிமுறைகள் – அவ்வளவுதான். Our current world is nothing but a result of successful imaginations. ஆனா இந்தக் கற்பனைகள்

ஒண்ணு நமக்கோ இல்ல இந்த உலகத்துக்கோ சந்தோஷத்த விளைவிக்கிற கற்பனைகளா இருக்கணும்ன்றது எங்களோட விருப்பம். தமிழ்நாட்ல இருந்து இத தொடங்கணும்ன்றது எங்க திட்டம்.'

அந்தத் தத்துவம் பிடித்திருந்தது. ஆனால் அதில் அதிக நேரம் செலுத்த ஆர்வம் வரவில்லை. விரிவுரையாளர் ஆனந்தன் அதைத் தவறாகக் கருதியிருக்க மாட்டார்.

அரசியல்தான் இவர்கள் இலட்சியம். தமிழ்நாட்டில் ஆட்சி அமைப்பதுதான் நோக்கம். ஆனால் இவர்களுடைய அஸ்திவாரங்கள் புதுவிதமாக இருக்கின்றன. முயற்சி பாராட்டுக் குரியதாக இருந்தாலும் எனக்குத் துளியளவும் நம்பிக்கையில்லை. நமக்கென்ன வந்தது.

பணித்தொகையாக ரூபாய் பதினைந்து லட்சத்திற்கு ஆவணம் கையெழுத்திட்டிருக்கிறேன். அதற்கான முன்தொகை யாக இரண்டு லட்சமும் வாங்கிவிட்டேன். நம் வேலை என்னவோ அதைச் சரியாகச் செய்து கொடுப்பது என்றுதான் முடிவெடுத்திருக்கிறேன்.

கம்ப்யூட்டரில் டவுன்லோட் செய்துவைத்திருந்த அவர்களுடைய விஷன் டாக்குமெண்டை வாசிக்கப் போகிறேன். ஏழுபேரும் ஒருங்கிணைந்து சுமக்கும் அந்த ஒற்றைக் கனவு பற்றிக் கதை படிக்கப் போகிறேன்.

3

எல்லா நேரத்திலும் கையில் ஒரு flow chart. முப்பொழுதும் காதில் ஒரு blue tooth கருவி. கணினியில் சதா புதிய தகவல் கருவிகளைப் பற்றிப் படித்து ஆராய்தல். இரவும் பகலும் ஊடகங்களின் விமர்சன வடிவங்களைப் புரிந்துகொள்ள முயற்சி செய்தல். விளம்பர உத்திகளை விளாவுதல். கேமிரா ஆங்கிள்களில் புதுமையைத் தேடுதல். எதிலும் தெளிவு பெறக்கூடாது என்பதில் தெளிவாக இருத்தல் – இப்படித்தான் இருக்கப்போகிறார் அமலன் என்று எதிர்பார்த்தேன். ஒரு மீடியா கன்சல்டன்ட் இப்படித்தான் இருப்பார் என்பது என் கற்பனை. அப்படியில்லை அவர்.

ஒருநாள் காலைகூட என் மணிக்கட்டில் முத்தமிடாமல் அவர் விடைபெற்றதில்லை. அவர் பணியின் பரபரப்பு ஒருநாளும் என் முகத்தில் தெறித்ததில்லை. ஒரு பூங்காவிற்குச் சென்று ஒரு பூவின் சிரிப்பை வாங்கிக்கொண்டு வருவதுபோலத்தான் தினந்தோறும் வீடு திரும்புகிறார். இவர் வேலைக்குப் போகிறாரா இல்லையா என்ற சந்தேகம் வந்துவிடுகிறது சில நேரங்களில்.

Story Architecture. இவர் அடிக்கடி பயன் படுத்தும் வார்த்தை. அதுதான் இன்றைய ஊடக

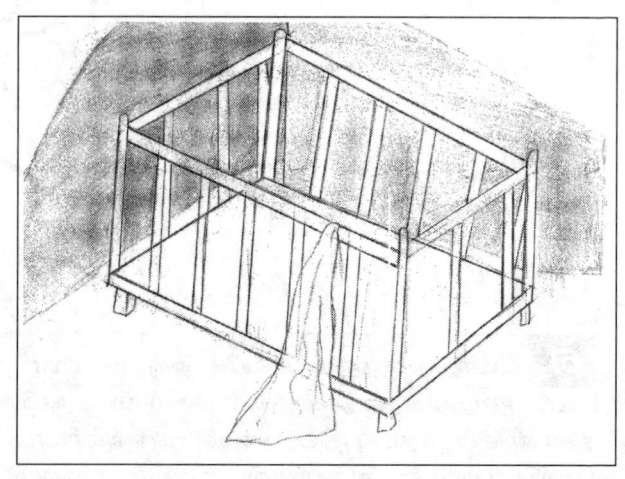

உலகத்தை ஆண்டுகொண்டிருக்கிறது என்று சொல்வார். ‘செய்திகள் சேகரிப்பது போட்டியல்ல. இன்னிக்கு இருக்கிற மீடியா ஒவ்வொரு குப்பத்தொட்டிக்கு உள்ளயும் நிருபர்களை வச்சிருக்காங்க. ஆனா செய்திய கோர்க்கிற முறைகள்லதான் போட்டி’ என்பார்.

இரண்டு நாட்களுக்குமுன் அவரது மேசையில் நான் பார்த்த SOMP (System of Media Programming) என்ற வரைபடக் கோப்புக்கும் அவர் சொன்ன இந்த எளிமையான பதிலுக்கும் எந்தச் சம்பந்தமும் இல்லை. ‘ரொம்பப் பாடம் நடத்தி எல்லாரையும் தூங்க வச்சிராதீங்க’ என்று நான் சொன்னபோது ‘இப்ப இப்படித்தான் சொல்லுவ... நம்ம குழந்த பொறந்து தூங்காம அழும்போதுதான் என் பாடத்தோட பெரும தெரியும் ஒனக்கு...’ குழந்தையைப் பற்றிப் பேசினால் என் கற்பனைகள் என்னை மௌனம் ஆக்கிவிடும் என்பது தெரியும் அவருக்கு. தனக்கு வேலை இருக்கிறது, அதனால் உரையாடலை முடிக்கவேண்டும் என்று தோன்றும் வேளைகளில் இந்த உத்தியைக் கையாண்டு பறந்துவிடுவார்.

சில நேரங்களில் இந்த போட் கிளப் சாலையின் அமைதி பயமுறுத்துகிறது. ஆளற்ற சாலையின் காட்சியோடு வீட்டுக்குள்

வரவேண்டுமா என்று நினைத்துக்கொண்டிருக்கும்போது தூரத்தில் ஒரு தாத்தா ஜாகிங் ஓடுவது ஆறுதல் அளிக்கும்.

இன்று காலை அலுவலகம் சென்றதும் அமலன் facebook–இல் எனக்கு அனுப்பியிருக்கிறார் 'French Loaf–ல வாங்கன கேக் ஒன் கன்னத்தப் போலவே இருக்கு.'

'முத்தம் மட்டுமே கொடுத்துக்கிட்டு இருக்காம பசிக்கும் போது கடிச்சு சாப்பிடவும்'-னு பதில் அனுப்ப முயற்சி செய்தபோது தமிழ் எழுத்து வேலை செய்யவில்லை. Mutham mattum koduthikitu irukkaama pasikumpothu kadichu saapidavum என்று அனுப்பினேன். திருப்தியில்லை.

4

அவள் உறங்கிக்கொண்டிருக்கிறாள். நான் ரசித்துக் கொண்டிருக்கிறேன். அவள் நெற்றியை வருடவேண்டும்போல் இருந்தது. அவள் உறக்கத்தைக் கலைக்காமல் வருடிக்கொடுக்கும் பயிற்சியை நான் இன்னும் பெறவில்லை. உதடுகளில் ஒரு சிறப்பப் புன்னகை. தூக்கத்தில் சிரிக்கும் குழந்தை இறைவனோடு பேசுகிறது – யாரோ சொல்லிக் கேள்விபட்டிருக்கிறேன். தூக்கத்தில் சிரிக்கும் கருவுற்ற பெண்ணோ சத்தமில்லாத ஒரு தாலாட்டைத் தன் கருப்பைக்கு அனுப்பிக்கொண்டிருக்கிறாள் என்று தோன்று கிறது. மற்ற தாய்மார்கள் பற்றித் தெரியவில்லை. தருணா செய்வாள்.

புதிதாக வாங்கிய மேசை விளக்கு விளம்பரம் இல்லாமல் எரிந்துகொண்டிருக்கிறது. ‘நாளை’ அமைப்பின் முதல் கட்ட promo வாசகங்களை யோசித்து எழுதத்தான் காகிதம் எடுத்தேன். ‘எந்தக் காகிதமும் வெள்ளை காகிதம் இல்லை – ஏற்கெனவே எழுதப்பட்டுவிட்டன’ – விரிவுரையாளர் ஆனந்தன் சொன்ன தத்துவம் நினைவுக்கு வந்தது. பிறக்கப்போகும் குழந்தை என்னென்ன சேட்டைகள் செய்யும் என்று இன்று தருணாவிற்கு நான் நடித்துக்காட்டினேன். அதைப் பற்றித்தான் எழுதப்போகிறேன்.

என் தருணா கருவுற்றதிலிருந்து ஒருவிதமான பயத்தையும் சுமக்கிறாள். நம் குழந்தை ஆரோக்கியமான குழந்தையாக இருக்குமா? எப்படி

வளர்க்கப் போகிறோம்? எந்த அனுபவமும் கிடையாதே. யார் நமக்கு உதவப் போகிறார்கள்? அமலனுக்குப் பெரும் சுமை ஆகிவிடுவோமா? குழந்தை பிறந்ததும் நம் இயல்பான வாழ்க்கை திரும்புமா? அல்லது எதிர்பாராத மாற்றங்கள் நிகழுமா? நிறைய கேள்விகள்.

பிரசவ காலம் என்பது ஒரு பெண்ணின் வாழ்க்கையில் வசந்தகாலம் என்றும், அவளுக்கு மகிழ்ச்சியையும் எதிர் பார்ப்பையும் தவிர வேறெந்த உணர்ச்சிகளும் இருக்காது என்றும் எண்ணியிருந்தேன். ஆனால் அந்த வசந்தகாலந்திற்குள் சில அழுத்தமான இரவுகள் உண்டு என்பதை ஓரிரு மாதங்களாகத் தான் அறிகிறேன். இந்த prenatal blues பற்றி 'நாளை' நிறுவனத் தலைமைக்குழுவில் ஒரு மருத்துவர் சில தகவல்களைச் சொன்னார். உதவியாக இருக்கிறது.

இந்தப் பருவத்தில் ஒரு பெண்ணுக்குத் தேவை 'கணவனின் தோழமை.' என்னால் முடிந்த அளவுக்கு அதைக் கொடுக்க முயற்சி செய்கிறேன். அவளைக் கலகலப்பாக வைத்திருக்கிறேன் பேர்வழி என்று சில நேரங்களில் நிலை திரிந்து போவேன். எங்கள் குழந்தையாக இன்று நான் நடித்துக்காட்டியது அப்படித் தான் ஆனது.

குழந்தைக்கென்று வாங்கி வைத்திருந்த எலெக்ட்ரானிக் குதிரையில் ஏறிக்கொண்டேன். தருணாவே குழந்தையாக இருந்தால் அவள் முகபாவங்கள் எப்படி இருக்குமோ அப்படியெல்லாம் பாவங்கள் செய்தேன். 'அதெல்லாம் கெடயாது – கொழந்த அப்பா ஜாடைல அழகா பொறக்கும்' என்று அவள் தொடங்க 'எனக்கு அம்மா மூஞ்சிதான் வேணும்' என்று அவள் மடியில் விழுந்து அடம்பிடித்தேன்.

ஒரு வாழைப்பழத்தை எடுத்துச் சாப்பிட்டு முடித்து தோலை அவள் தலைமேல் போட்டுவிட்டு ஓடினேன். 'இப்படியெல்லாம் பண்ணா கோயமுத்தூருக்குக் கூட்டிட்டு போய் குரங்கு அருவியில விட்டுட்டு வந்துருவேன்...' சில சமயங்களில் தருணாவுக்குக் கோபம் வந்துவிடும்.

சற்று நேரத்திற்குமுன் அவள் உறங்கப்போகையில் வளையல் நுனி பிடித்திழுத்து மணிக்கட்டில் முத்தமிட்டேன்.

'குழந்தைங்க அம்மாக்கு மணிக்கட்லயா முத்தம் கொடுக்கும்?' சரியான சந்தர்ப்பம் பார்த்து என்னை வெட்கப்பட வைத்து விட்டாள்.

5

லலிதாவை பற்றி இதுவரை எதுவுமே எழுத வில்லை. இன்று மாலை என்னை மெரீனா கடற்கரைக்கு அழைத்துச் சென்று புசுபுசு சோன்பப்படி வாங்கித் தந்தாள். இனியும் அவளைப் பற்றி எழுதாமல் இருப்பேனா.

அமலனுக்கு அடுத்தபடியாக நான் மனம்விட்டுப் பேசுவது லலிதாவிடம்தான். சென்னையில் எனக்கு இருக்கும் ஒரே தோழி. இன்போசிஸ் கம்பெனியில் Business Anaylst ஆகப் பணியாற்றிக்கொண்டிருக்கிறாள். கிரிக்கெட் பக்தை. ஆனால் ஐ.பி.எல் மட்டும் பிடிக்காது. ‘அதுல விளையாட்டுத்தன்மைய விட வியாபாரத் தன்மை அதிகம் – True Spirit இல்லாத ஒரு Tournament’ என்பாள். இதுமாதிரியான பொது விஷயங்களில் அவள் முன்வைக்கும் வாதங்களை நான் எதிர்ப்பதில்லை. ஆனால், சுடிதார் பார்டர், துப்பட்டா வகை, தோடு வேலைப்பாடு, வளையல் டிசைன், செருப்பின் ஹீல்ஸ் அளவு, நெயில் பாலிஷ் தரம், புடவையின் சாயம் போன்ற நுட்பமான செய்திகளைப் பற்றி பேசும்போது அடித்துக்கொள்ளாத குறைதான். நாங்கள் பேசத்தொடங்கிய சில நிமிடங்களில் அமலன் லலிதாவின் கணவர் மோகனிடம் ‘நண்பா... 108–க்கு போன் போடு’ என்று சொல்வதுண்டு. அந்த அளவுக்கு மோசமில்லை.

லலிதாவின் கண்கள் எனக்கு ரொம்பப் பிடிக்கும். புருவங்களுக்குக் கீழ் இரண்டு அழகான கேள்விகளைப்போல அவை துடித்துக்கொண்டிருக்கும். அவள் மெல்லிய உருவமாக இருந்தாலும் அவளுடைய மடியில் நான் புதைந்துவிட முடியும் என்ற நம்பிக்கை எனக்கு எப்பொழுதும் உண்டு. பல கண்ணீர்க் காலங்களில் அதை நிரூபித்திருக்கிறேன். வேறு உறவுகள் கால்வைக்காத என் பூமிக்கு அவ்வப்போது சில மழைத்துளிகளைப் பரிசளிப்பது லலிதாதான்.

இன்று அவளோடு ஆனந்தமாகக் கழிந்தது மாலைப்பொழுது. மெரீனா கடற்கரையில் என்னைத் தண்ணீரில் கால் நனைக்காமல் பார்த்துக்கொள்ளுமாறு லலிதாவிடம் சொல்லி அனுப்பியிருந்தார் அமலன். குழந்தை சாக்லெட் சாப்பிடாமல் பார்த்துக்கொள் என்று இன்னொரு குழந்தையிடம் சொல்லி அனுப்பும் கதைதான்.

கடற்கரைக்குச் சென்றதும் நாங்கள் முதலில் செய்தது அதைத்தான். அலை வந்து கால் நனைத்துத் திரும்பும்போது பாதங்கள் உணரும் அந்த குளுகுளு மின்சாரம் – 'வாவ்.'

சில அலைகள் கரையில் வந்து உடையும்போது தெறிக்கும் துளிகள் எனக்குக் குட்டிக் குட்டிப் பறவைகளைப்போலக் காட்சியளித்தன. 'நம்மளச் சுத்தி எத்தன பறவைக் குட்டிங்க பாரு' என்று லலிதாவிடம் சொன்னபோது அவள் அதை உணர்ந்ததாகத் தெரியவில்லை. ஒரு அலையோடு வந்த ஒரு கிளிஞ்சல் T வடிவத்தில் இருந்தது. 'ஹே.. இங்க பாரு என் பேர்ல ஒரு கிளிஞ்சல்!' அதைக் கொஞ்சம் கடல் நீரோடு அள்ளி லலிதாவிடம் காட்டினேன். செயற்கையாகச் சிரித்தாள். 'இந்த

பிசினஸ் அனலிஸ்ட் சிரிப்பெல்லாம் ஆஃபீசோட இருக்கட்டும்' என்று சினந்துகொண்டேன்.

அந்தக் கிளிஞ்சலைத் துடைத்து என் பையில் போட்டுக் கொண்டு இருவரும் கரையோரமாகக் கை கோர்த்து நடந்தோம். நிலா வளர்ந்துகொண்டிருந்தது. தன் கீற்றுகளின் மூலம் கடலை வெள்ளை அடித்துக்கொண்டிருந்தது. நிலாவின் மத்தியில் கறை இருந்ததால் அதன் வலதும் இடதும் ஒரு குழந்தையின் இரு கன்னங்கள் போல தெரிந்தன. நிலா வருவதற்கு முன்பே லலிதாவுக்கு அலுவலகத்திலிருந்து அழைப்பு வந்துவிட்டது. ஒரு கையில் போன் பேசிக்கொண்டும் மறு கையால் என் விரல்களைப் பற்றிக்கொண்டும் நடந்துவந்தாள்.

காலோடு ஒட்டிய கடல் மண்ணும் காயாத ஈரத்தில் ஒட்டத் துடிக்கும் கரை மண்ணும் ஓர் ஒழுக்கமான பிசுபிசுப்பைக் கொடுத்தன.

பாரதியாரின் வெள்ளிப் பனிமலை ஒரு தள்ளுவண்டியில் மெல்ல நகர்ந்துகொண்டிருந்தது. அதைப் பார்த்து ஆசையாகக் கைநீட்டினேன். 'சோன்பப்படி பைத்தியம்டி நீ' என்று திட்டிக் கொண்டே எனக்கு வாங்கிக்கொடுத்தாலும் என்னைவிட லலிதாதான் நிறையச் சாப்பிட்டாள். அந்தத் தள்ளுவண்டிச் சிறுவன் எழுப்பிக்கொண்டிருந்த மணிச் சத்தமும் லாந்தர் விளக்கின் மெல்லிய வெளிச்சமும் அதில் பளிச்சிட்ட சோன்பப்படியின் வெண்மையும் ஒரு தேவாலய வாசலில் நின்று கொண்டிருந்த உணர்வைக் கொடுத்தன. இப்படியெல்லாம் நான் தொலையும்போது லலிதா என்னைத் தலையில் தட்டி தரை இறக்குவாள்.

சோளம் சுடவைத்துக்கொண்டிருந்தார்கள். நெருப்பில் வாட்டி எடுக்கும்போது சிதறும் தீப்பொறிகளைப் படம் பிடிக்க முயற்சித்தோம். போஸ் கொடுக்க எந்தப் பொறிக்கும் பொறுமை இல்லை. எடுத்த சில படங்களை மீண்டும் மீண்டும் பார்த்தபோது சில தீப்பொறிகளுக்குக் கூந்தல் வளர்ந்திருந்தது. அது டெக்னிக்கல் டீவியேஷனாக இருந்தாலும் அழகாகவே இருந்தது. ஓர் அழகிய சிறுமியிடம் வாங்கிய சுக்குக் காபியோடு நிறைவுற்றது இன்றைய பொழுது.

Thank you my sweet லலி.

◈◈◈

6

ஒருவர் கோப்பையில் நிறைந்திருக்கும் பழச்சாறு இன்னொருவர் கோப்பையில் ஊற்றப்படும்போதுதான் அது பகிர்தலுக்கு உள்ளாகிறது. ஆனால் மகிழ்ச்சி அப்படி இல்லை. ஒரு கோப்பையில் நிறைந்தாலே அது அருகில் இருக்கும் கோப்பைகளுக்கும் நிறைவைத் தந்துவிடுகிறது. அப்படித்தான் நான் நிறைந்திருக்கிறேன்.

தருணாவுக்கு இந்த உலகம் மிக அழகாகத் தெரிகிறது. நாளுக்கு நாள் அவள் இயற்கையின் இன்பங்களையும் மனதுக்குள் புதைந்திருக்கும் மாயக் குழலோசைகளையும் அறிந்து அறிந்து ஆனந்தப்படுகிறாள். எனக்கு அந்த ஓசைகள் புரியாதபோதும் தருணாவின் புன்னகை என்னையும் தழுவுகிறது.

மனமும் உடலும் வலிகொள்ளும்போது ENDORPHINS என்ற ஒரு வகையான ஹார்மோன்கள் உடலில் சுரக்கும். இதம் தரும். உடல் பொருள் ஆவியைச் சமநிலைப்படுத்தும். உடலுக்குள் உற்பத்தியாகும் மிதமான மதுவைப் போன்றது இது. இதற்கு Happy Harmones என்ற பெயரும் உண்டு. மருத்துவத் தகவல்படி மனித உடலில் இருபது வகையான ENDORPHINS உண்டாம்.

ஒரு பெண்ணின் கருவுற்ற நிலை இந்த ஹார்மோன்களுக்குச் சிவப்புக் கம்பளம் விரிக்கிறது. உடல் வலியும் மன அழுத்தமும் ENDORPHINS–ஐ அதிகப்படியாகச் சுரக்கச்செய்கின்றன. உணரும் உலகமும் காணும் காட்சிகளும் நிறம் மாறுகின்றன. கடந்த வாரம் சந்தித்தபோது தருணாவின் மகப்பேறு மருத்துவர் சொன்ன தகவல் இது. நேற்று மெரீனா கடற்கரையில் தருணா கண்ட காட்சிகளை இப்படித்தான் நான் புரிந்துகொள்கிறேன்.

கருவுறுவதற்குமுன் தருணாவும் நானும் எத்தனையோ முறை கடற்கரைக்குச் சென்றிருக்கிறோம். ஆனால் ஒருமுறைகூட அவள் தன் பெயரில் ஒரு கிளிஞ்சலைக் கண்டெடுத்ததில்லை. தெறிக்கும் அலைத் துளிகளைப் பறவைக்குட்டிகளாகப் பார்க்கும் கற்பனை இருந்ததில்லை. சோன்பப்படி வண்டியை நடமாடும் தேவாலயமாக வழிபட்டதில்லை. சோளம் சுடும் தீப்பொறிகளில் கூந்தல் கண்டதில்லை.

தருணாவின் இந்த மாற்றங்களைக் கையாள மருத்துவ தத்துவங்கள் துணைபுரிந்தாலும், சிலநேரங்களில் அந்தத் தத்துவங்களைத் தள்ளிவைத்துவிட்டு அவளுடைய அனுபவத்தை நானும் பெறவே விரும்புகிறேன். ஒரு குழந்தையைச் சுமப்பதால் உலகமே அழகாகிறது என்றால் காலமெல்லாம் சுமக்கலாமே என்றுகூடத் தோன்றுகிறது.

இந்தப் பன்வண்ண உலகத்துக்கு இடையே 'நாளை'யின் வேலைகளையும் மும்முரமாகப் பார்த்துக்கொண்டிருக்கிறேன். எழுத்தாளர் தவுலத் கான் 'ஊழல் கண்காட்சி (SCAM FAIR)' என்ற பெயரில் ஒரு கண்காட்சி ஏற்பாடு செய்யவிருக்கிறார். ஜன்லோக்பால் ஆதரவு அமைப்பின் தலைவர்கள் அதனைத் திறந்துவைக்க வருகிறார்கள். இதுவரை இந்தியாவில் நடந்த நூறு பெரும் ஊழல்களை சென்னைத் தீவுத்திடலில் அழுத்தமான ஆதாரங்களோடு காட்சிப்படுத்துகிறார்கள். இதற்கு எப்படி அனுமதி பெற்றார்கள் என்று தெரியவில்லை.

இந்தக் கண்காட்சிக்கான 'Cyber Support'–ஐ உருவாக்குவது தான் எங்கள் நிறுவனத்தின் வேலை. சமூக இணையதளங்கள் மூலமாகவும் இணையத்தின் பிரதான ஊடகங்கள் மூலமாகவும் இதைச் செய்யவேண்டும். சமீபத்தில் நடந்து முடிந்த எகிப்து

புரட்சியில் FaceBook ஆற்றிய பங்கு 'நாளை' நிறுவனத்தைப் பெரிதும் ஈர்த்திருக்க வேண்டும் என்று நினைக்கிறேன்.

மின் அழைப்பிதழை வடிவமைத்துக் காட்டினேன். சில மாற்றங்களைச் சொல்லியிருக்கிறார்கள். ஏதோ கண்ணை மூடிக்கொண்டு மாற்றம் சொல்லாமல் அர்த்தமுள்ள காரணத்தோடு சொல்கிறார்கள். சில அரசியல் தலைவர்களின் புகைப்படங்களைக் கொண்டு ஒரு கொலாஜ் செய்து சேர்க்கச் சொல்லியிருக்கிறார்கள்.

'இந்தக் கண்காட்சியால என்ன பயன்?' என் தொழிலுக்கு அவசியமற்ற கேள்விகளை அவ்வப்போது கேட்பேன். 'இலக்கை அடையறத்துக்கு இதுவும் ஒரு படி - இதுமாதிரி இன்னும் நிறைய படிகள் இருக்கு' என்று தவுலத் கான் டெலிகிராம் பதில் தருவார்.

அந்த இலக்கு அவர்களுக்குள் எத்தனை நம்பிக்கையைக் கொடுத்துக் கொண்டிருக்கிறது என்பது ஆச்சரியம் அளிக்கிறது. எல்லாம் சாத்தியம் என்று அவர்கள் கண்களில் எழுதியிருக்கிறது. அடிக்கடி அவர்களைச் சந்திப்பதால் என்மீதும் அந்த நம்பிக்கையின் சாயம் ஒட்டிக்கொள்கிறது.

7

நான் எழுதிக்கொண்டிருக்கும் இந்தப் புதிய பேனாவின் கொண்டையில் ஒரு முயல்குட்டி வீற்றிருக்கிறது. இன்று அமலன் எனக்கு வாங்கி தந்த Kinetic பேனாக்களில் இதுவும் ஒன்று. நான் எழுத எழுத முயல் பளீரென பிரகாசித்துக்கொண்டிருக்கும். எழுதுவதை நிறுத்திவிட்டால் முயல் இருண்டு கிடக்கும். 'Kinetic Electricity அடிப்படையில் இது நேருகிறது – அதாவது...' என்று அமலன் தொடங்கியபோது எனக்குக் கோபம் வந்துவிட்டது. 'உங்கள யாரு கேட்டா? எல்லாத்துக்கும் ஒரு விஞ்ஞான விளக்கம் கொடுத்துக்கிட்டு இருக்காதீங்க. உங்க சயன்ஸைவிட, சின்னச் சின்ன ஆச்சரியங்கள்தான் அழகு!' நான் வெகுண்டெழுந்ததும் அவர் தவளைக்கொண்டைப் பேனாவை எடுத்துக் கொண்டு தன் அறைக்குத் தாவிவிட்டார். மின்னல் வேகத்தில் மீண்டும் வந்து என் காதுக்குள் ஒரு கணமான முத்தத்தைத் திணித்துச் சென்றார். அது காதலா? கோபமா? தெரியவில்லை.

பொருள் வாங்குவது நோக்கமல்ல. ஆனால் வாரம் இருமுறை ஷாப்பிங் போயே தீர வேண்டும். அமலனிடம் நான் அடம்பிடிக்கும் கோரிக்கைகளில் இதுவும் ஒன்று.

‘நல்ல நோக்கம்; அப்படியே மெயிண்டெய்ன் பண்ணு’ என்று சொன்னாலும் நான் கேட்காமலேயே எனக்குப் பிடித்ததை யெல்லாம் வாங்கித் தருவார். ஆனால் சமீப காலங்களில் எனக்கு என்னவெல்லாம் பிடிக்கிறது என்பதை அவரால் சரியாகக் கணிக்க இயலவில்லை. அதற்காகச் சில நேரங்களில் அவர் வருத்தப்பட்டதுண்டு. அதை அவர் கண்களும் நடையும் காட்டிக் கொடுத்துவிடும். அத்தகைய தருணங்களில் ‘வாங்க... நம்ம பாப்பாக்கு எதாவது வாங்கலாம்’ என்று அவரைத் திசை திருப்புவேன். இன்று காலை வடபழனி மெகா மார்ட்டிலும் அப்படித்தான் நடந்தது.

சுடிதார் டாப்ஸ் பகுதியில் அவர் எனக்கு எடுத்துக்காட்டிய எதுவுமே எனக்குப் பிடிக்கவில்லை. அவர் எடுத்துக்காட்டுகிறார் என்பது மட்டும் பிடித்திருந்தது. அருகில் நடந்து சென்ற ஒரு பெண் அமலனுக்கு ரொம்பத்தான் பொறுமை என்பதைப்போல ஒரு பார்வை பார்த்து சென்றாள். அடுத்த நிமிடமே அமலன் பொறுமை இழந்துவிட்டார். அவள் வேலையைப் பார்த்துக்கொண்டு போகவேண்டியதுதானே.

ஒரு மாற்றத்துக்காக பொம்மைப் பகுதிக்குச் சென்றுவிட்டோம். சிரித்துக்கொண்டே தவழும் குழந்தை பொம்மையை சில சிறுவர்களுக்கு இயக்கிக் காட்டிக்கொண்டிருந்தார் ஒரு பணியாளர். பேட்டரி பவர் குறைவாக இருந்ததால் குழந்தை அழுதுகொண்டே தவழ்ந்தது. வண்ண வண்ண ஸ்மைலி பந்துகள் நிறைந்த கூடைகள், டைனோசர் கார்கள், ரிமோட் கன்ட்ரோல் விலங்குகள், திரையில் ஓடிக்கொண்டிருந்த ஸ்ட்ரீட் கிரிக்கெட் ப்ளே ஸ்டேஷன் என்று பளபளப்பாக இருந்தது.

‘பொம்மைகளோட பயனே ஒரு குழந்தை இந்த உலகத்த தெரிஞ்சுக்கறத்துக்கு முன்னாடி அதோட மாதிரியைத் தெரிஞ்சுக் கத்தான். ஆனா இந்த பொம்மைங்க அறிமுகப்படுத்தற உலகமே வேறமாதிரி இருக்கு.’ அரைமணி நேரத்துக்கு ஒருமுறை கருத்து சொல்லாமல் இருக்க முடியாது என் கணவரால்.

Bullet Toy Gun with Infrared KBH6 என்று ஒரு துப்பாக்கி பொம்மை உயரத்தில் பளிச்சிட்டது. வெள்ளைத் துப்பாக்கி. ரொம்ப அழகாக இருந்தது. 3+years என்று போட்டிருந்தாலும்

அதை என் பாப்பாவுக்காக வாங்கத் தோன்றியது. ஒரு பணியாளர் அதைப்பற்றி விளக்கியது புரியவில்லை என்றாலும் அதை எடுத்து எனது கேரி பேக்கில் சேர்த்துக்கொண்டேன். அதன் அருகில் குறுகுறுவெனெ இருந்தது ஒரு குட்டி ஜீப். அதன் கரும்பச்சை நிறம் கம்பீரத்தைக் கொடுத்தது. அதையும் எடுத்துக்கொண்டேன். அது 2+years. எல்லாவற்றையும்விட எனக்கு மிகவும் பிடித்தது Missile Escort Ship. அருமை. பென்சில் அளவில் வெள்ளையாய் நான்கு மிசைல்களை ஏந்திய அழகிய கப்பல். பட்டன் தட்டினால் ஒவ்வொரு மிசைலும் நீண்ட தூரம் பாயும். திசைகளைத் தேர்வு செய்யவும் வசதி உண்டு. இதுவும் 3+years.

'இந்த பொம்மையெல்லாம் ஒனக்கா? குழந்தைக்கா?' அமலன் கேட்டபோது எனக்குச் சிரிப்பு வந்தாலும் அதை அடக்கிக்கொண்டு 'நம்ம பாப்பா பொறந்தவுடனேயே இதையெல்லாம் ஹேண்டில் பண்ற அறிவாளிப் பாப்பாவா இருக்கும்' என்று நம்பிக்கை தெரிவித்தேன். 'ஒரு நிமிஷம் இரு' என்று சொல்லிவிட்டு அவர் பஞ்சு பொம்மைகள் பகுதிக்குச் சென்றார். புசுபுசுவென ஒரு நாய்க்குட்டி பொம்மையோடு திரும்பினார். 'நீ வாங்கின பொம்மைகள 3+yearக்குக் காவல் காக்கணும்ல. அதுக்குத்தான் இந்த நாய்' என்று அதையும் என் பையில் திணித்தார்.

வீட்டில் பாப்பாவுக்காக ஒதுக்கியிருக்கும் அறையில் பொம்மைகளை அடுக்கிவைத்தேன். அவை கலையும் காலத்துக் காகக் காத்துக்கொண்டிருக்கிறேன்.

◊◊◊

8

தருணாவிடம் இன்னொரு மாற்றத்தைக் காண்கிறேன். ஒரு குறிப்பிட்ட கருத்தை அல்லது பொருளை அவள் மனத்தில் நினைத்துவிட்டால் – அதே பொருளை – அதன் இணைபொருளை, துணைப்பொருளை – மாதிரியை – அதே பொருளின் வெவ்வேறு வடிவங்களை – பிரயோகங்களை – அதைக் கருப்பொருளாகக் கொண்ட சில கற்பனைகளை அவள் சிந்தித்து சிந்தித்து சோர்ந்து போகிறாள். இந்தச் சிந்தனை சிக்கலை ஓரிரு மாதங்களாகவே பார்க்கிறேன். துப்பாக்கி, மிசைல், வார் ஜீப் என்று நேற்று வரிசையாக அவள் தேர்ந்தெடுத்ததற்கும் இதுதான் காரணமாக இருக்கவேண்டும். அந்த மூளை இறுக்கத்தைக் கொஞ்சம் தளர்த்துவதற்குத்தான் ஒரு நாய்க்குட்டியை வாங்கி ஷாப்பிங்கை நிறைவு செய்தேன். உடலில் இன்னொரு உயிர் இருக்கும்போது மனத்தில் எத்தனை ஆர்ப்பாட்டங்கள்.

ஒரு சிறிய இடைவெளிக்குபின் இன்று அலுவலகம் சென்றேன். கிழக்குக் கடற்கரை நெடுஞ்சாலை வழியே தட்சிண சித்ரா பண்பாட்டுக் காட்சியகம் அருகில் ஒரு குறுக்கு வீதியில் அமைத்திருக்கிறேன் என் கன்சல்டன்சி அலுவலகத்தை. இருபது பேருக்கு மாதச்

சம்பளம் கொடுக்கிற முதலாளி என்ற எண்ணத்தோடு என்றுமே என் அலுவலகத்துக்குள் நான் அடியெடுத்து வைத்ததில்லை. என்னைவிடவும் அவர்களை நான் மதிக்கிறேன். அவர்கள் என்மீது வைத்திருக்கும் நம்பிக்கைதான் இந்த நிறுவனத்தின் அஸ்திவாரம். அந்த நம்பிக்கை உயர உயர நிறுவனமும் உயரும் என்பது என் கருத்து.

'அந்த விஷன் டாகுமெண்டோட மூணாவது பக்கம்....' ஒரு தயக்கத்தோடு என் அறைக்குள் வந்து நின்றார் ஆபரேஷன்ஸ் மேனேஜர் வேலு. 'நாளை' நிறுவனத்தின் அந்த ஆவணத்தில் நேற்றுவரை நான் இரண்டு பக்கங்களைத்தான் படித்திருந்தேன். வேறு சில வாடிக்கையாளர்களின் டெட்லைன் காரணமாக இதில் அதிகம் கவனம் செலுத்தவில்லை. வேலுதான் ஞாபகப்படுத்தினார். ஏற்கெனவே நான் டவுன்லோட் செய்து வைத்திருந்த அந்த ஆவணத்தின் மூன்றாவது பக்கத்தைத் தட்டியபோது திக் என்றது. தமிழ்நாட்டில் ஓர் அவசரநிலையைப் பிரகடனப்படுத்துவதே நோக்கம் என்ற வரியில் நான் உறைந்துவிட்டேன்.

'அரசியல் சட்டம் 352ன் அடிப்படையில் அவசரநிலையை அறிவித்து இந்த மாற்றத்தைத் தொடங்கவேண்டும். அதன்படி ஒரு மாநிலத்தில் அவசரநிலை அறிவிக்கப்பட்டதும் ஜனாதிபதி ஆட்சி நடைமுறைப்படுத்தப்படும். ஓய்வுபெற்ற அதிகாரிகளைக்கொண்டு மத்திய அரசின் மேற்பார்வையோடு மாநில ஆளுநர் ஆட்சிப் பொறுப்புகளை ஏற்பார். ஆனால் நாங்கள் கோரும் இந்த அவசரநிலை அறிவிக்கப்பட்டதும் ஆளுநரையோ அதிகாரிகளையோ பொறுப்பில் அமர்த்தாமல் – 'நாளை' நிறுவனம் உருவாக்கும் தனி ராணுவம் தலைமை ஏற்கவேண்டும். கல்லூரிகளிலிருந்தும் – தமிழ்நாட்டின் பல்வேறு அரசியல் கட்சிகளிலிருந்தும் இளைஞர்களைத் தேர்ந்தெடுத்து இந்த Non Governmental Millitary (NGM) அமைக்கப்படும். இந்தத் தனி ராணுவ ஆட்சி குறைந்தது பத்து ஆண்டுகள்வரை தொடர அவசரநிலைச் சட்டத்தில் மாற்றங்கள் செய்யப்படவேண்டும்.'

'ஏன் எமெர்ஜென்சி?' என்று ஓர் இணைப்பு. அதைத் திறந்தால் அது போகிறது இருநூறு பக்கங்களுக்கு. என்னதான் நினைத்துக்கொண்டிருக்கிறார்கள் இவர்கள். சினிமாப் படம் எடுக்கிறார்களா? இந்த பூதாகரமான கனவு பலிக்கும் என்று

எப்படி நம்புகிறார்கள்? இவர்கள் சொல்வதைப் பார்த்தால் அரசியல் தலைவர்களின் ஆதரவோடுதான் இதைச் செய்ய நினைக்கிறார்கள் என்று தோன்றுகிறது. அதெல்லாம் கதையில் சாத்தியம். களத்தில் சாத்தியமா?

அவர்கள் பதில் சொல்லவேண்டிய கேள்விகள் இருக்கட்டும். ‘இவர்களின் விளம்பரங்களைக் கண்டிப்பாக எங்கள் நிறுவனம் கையாள வேண்டுமா?’ என்பதற்கு முதலில் நான் பதில் கண்டறிய வேண்டும். உடனடியாக டீம் மீட்டிங் ஏற்பாடு செய்தேன். வேலு ஏற்கெனவே அந்த ஆவணத்தைப் பற்றி மற்றவர்களுக்கு விளக்கியிருந்தார்.

‘நாளை’ – முறைப்படி பதிவு செய்யப்பட்ட ஒரு நிறுவனம். நம்மளப் பொறுத்தவரை அவங்களும் ஒரு வாடிக்கையாளர். அவங்க நினைக்கறது நடக்குமா நடக்காதாங்கறதப் பத்தி நாம ஆராயவேண்டிய அவசியம் இல்ல. வணிகத் தேவைகளத் தவிர மத்த விஷயங்கள்ல கமிட் பண்ணிக்க வேணாம். ஒப்பந்தத்திலயும் சில மாற்றங்கள் செய்ய சொல்லி கேட்போம். பேப்பர்ஸ் எல்லாத்தையும் கிளீனா வச்சுக்கிட்டா எந்தப் பிரச்சனையும் இருக்காது.’ டிசைனர் சரவணன் சொன்ன இதே கருத்தைத்தான் வெவ்வேறு வார்த்தைகளில் பலரும் முன்வைத்தனர். பணி தொடர்கிறது.

என் குழந்தை இந்த பூமித்தளத்தில் முதல் எட்டு வைக்கப் போவது கதகதப்பான கம்பளத்திலா இல்லை காட்டுமுள்ளிலா – தெரியவில்லை.

◊◊◊

9

உணவு மேஜையில் எப்பொழுதும் ஒன்பது கோப்பைகள் வரிசையாக அடுக்கிவைக்கப்பட்டு இருக்கும். அமலன் அலுவலகத்துக்குச் செல்லும் முன் முதல் எட்டு கோப்பைகளில் நீர் ஊற்றி விட்டுச் செல்வார். அவர் திரும்பிவரும்போது அந்தக் கோப்பைகள் காலியாகி இருக்கவேண்டும். நான் அவரை ஏமாற்ற மாட்டேன் என்ற நம்பிக்கை உண்டு அவருக்கு. எனக்கும் அதில் விருப்பம் இல்லை. குடிக்க முடியாமல் போனாலும் கோப்பையை அப்படியே வைத்திருப்பேனே தவிர கீழே ஊற்றிவிட மாட்டேன். மாலை வேளையில் ஓரிரு கோப்பைகள் காலியாகாமல் இருப்பதைப் பார்த்ததும் என் முகத்தைப் பார்ப்பார். 'முடீல பா...' என்றதும் என் நேர்மையில் நெகிழ்ந்து கட்டித்தழுவி உதட்டில் முத்தமிடுவார். இதற்காகவே தினம் தினம் ஓரிரு கோப்பைகளை விட்டுவைப்பேன். உறங்குவதற்குமுன் அந்தக் கடைசிக் கோப்பையில் பால் கொண்டுவந்து தருவார். எத்தனை அலுவல்கள் இருந்தாலும் ஒவ்வொரு நாளும் குறைந்தபட்சம் ஒன்பது கோப்பைகளால் என்னைக் காதலிக்கிறார்.

இவ்வளவு தண்ணீர் குடிக்கிறோமே – இதில் மாட்டிக்கொண்டு என் பாப்பா நீச்சல் தெரியாமல் தத்தளித்தால் என்ன செய்வது என்று

அஞ்சியதுண்டு. 'Amniotic fluid தவிர கருப்பையில் வேறு எந்தத் திரவமும் இல்லை. நஞ்சுக்கொடி ஒன்றுதான் குழந்தைக்கும் தாய்க்குமான இணைப்பு. சீரான உணவு கொள்ளும்போது இந்தக் கொடிவழி ரத்த ஓட்டமும் சீராகும்.' அடிக்கடி நான் பயந்ததால் ஒருமுறை என்னை உட்காரவைத்து அமலன் எடுத்த பாடம் இது. தொடக்கத்தில் இருந்த பயம் இப்பொழுது இல்லை என்றாலும் துளித்துளியாகத்தான் தண்ணீர் குடிக்கிறேன். குழந்தை எட்டி உதைக்கும்போது நிறுத்திவிடுவேன். உதைப்பது அடங்கும்வரை காத்திருப்பேன். தாயால் திருப்பி உதைக்கமுடியாது என்ற தைரியம் இந்தப் பாப்பாக்களுக்கு.

இன்று காலை நியூயார்க்கில் இருந்து ஒரு கொரியர். கவரில் 'Kickbee' என்று எழுதியிருந்தது. அமலனின் அமெரிக்க நண்பர் கோரி மென்ஸ்கேர் அனுப்பியிருந்தார். அவர் ஒரு Interaction designer. அவருடைய புதிய கண்டுபிடிப்பை எங்களுக்குப் பரிசாக அனுப்பியிருந்தார். எடுத்துப் பார்த்தால் ஓர் அழகான நீல–வெள்ளை பெல்ட். எலக்ட்ரானிக் பெல்ட் என்று அமலன் சொன்னார். அதை என் இடுப்பில் பொருத்தி, செயல்விளக்கப் புத்தகத்தை என்னிடம் கொடுத்து 'Our Baby will tweet from today' என்று சொல்லிவிட்டுப் புறப்பட்டு விட்டார்.

புத்தகத்தில் இருந்த படங்களை மட்டும் பார்த்துக் கொண்டிருந்தேன். இந்த பெல்ட்டை இடுப்பில் கட்டிக்கொள்ள வேண்டும். இதில் இருக்கும் Piezio Electric Vibration Sensors மூலம் குழந்தையின் அசைவுகள் வோல்டேஜ் தகவல்களாகப் பதிவாகும். இணைக்கப்பட்டிருக்கும் ஒரு மைக்ரோ கண்ட்ரோலர் அதை ஆராய்ந்து அந்தத் தகவல்களைக் கணினிக்கு அனுப்பும். கணினி அந்த சென்சார் தரும் எண்களை ஆராய்ந்து ஒவ்வொரு எண்ணுக்கும் ஒரு குறிப்பிட்ட வாசகத்தைப் பொருத்தி அதை twitter-இல் பதிவு செய்யும்.

Kickbee இணையதளத்துக்குச் சென்று பார்த்தேன். குழந்தை உதைக்கின்ற அசைவுக்கு 'IM the future Maradonna - Practicing Kicks' என்ற வாசகம் இருந்தது. புரண்டுபடுக்கும் அசைவுக்கு 'im doing a super somersault' என்று காணப்பட்டது. Customize Messages என்று ஓர் இணைப்பு இருந்தது. அதில் தமிழைத் தேர்வு செய்து சில வாசகங்களை பதிவு செய்தேன்.

வாஷிங் மெஷினில் துணிகளை அள்ளிப் போட்டுவிட்டு கொஞ்ச நேரம் டி.வி பார்க்க அமர்ந்தபோது பாப்பா எட்டி உதைத்தது. கணினித் தகவலை என் செல்பேசியோடு இணைத்திருந்தேன். 'என்னை ஒழுங்காப் பாத்துக்கலனா உங்க இரண்டு பேரையும் இப்படித்தான் ஒதைப்பேன்' என்று என் குழந்தை முதன்முதலில் tweet செய்திருந்தது. துள்ளிக் குதித்தேன். உடனே அதை அமலனுக்கு அனுப்பினேன். அவர் என்னை அழைத்தார். 'இனிமேலும் நீ twitter-ல அக்கவுண்ட் ஓபன் பண்ணலன்னா ரொம்பக் கேவலமாப் போயிடும்' என்று சிரித்தார். இந்த முதல் tweet-ஐ உடனடியாக ஒரு கல்வெட்டில் பதிக்கவேண்டும்போல் இருந்தது.

10

ஒரு லேசான பதற்றம் தருணாவின் அழகான கண்களை மிக மிக அழகாக்கும். மாலை வீடு திரும்பியபோது அதைத் தரிசிக்க முடிந்தது. 'தலைல என்னங்க ரத்தம்' என்று அவள் திடுதிடுவென ஓடிவந்ததும் அவள் வலது செவியில் பளபளப்பாய் ஆடிய இரட்டைத் தோடுகளில் என் முகம் பார்த்தேன். நெற்றியில் ஏதோ சிவப்பாய்த் தெரிந்தது. சட்டையிலும் தென்பட்டது. இன்று 'நாளை' நிறுவனத்தின் Vision Execution Enhancement சந்திப்பில் என் அருகில் இருந்த ஒருவர் தன் சிவப்பு மைப் பேனாவைக் குலுக்கி எழுதியபோது சிந்திய துளிகள் அவை என்பதை உடனடியாக நான் கண்டுபிடித்து விட்டாலும் அதை தருணாவிடம் கொஞ்சம் தாமத மாகத்தான் சொன்னேன். 'இதச் சொல்றதுக்கு இவ்ளோ நேரமா?' என்று அவள் சொன்னபோது அந்தப் பறவை விழிகள் மீண்டும் தரையிறங்கின.

ஒரு குழந்தைக்கான எதிர்பார்ப்பு என்னை விட அவளுக்குத்தான் அதிகம். இதுவரை எழுதிய காகிதங்களைப் புரட்டிப் பார்க்கும்போது அதை ஆழமாக உணர்கிறேன். என் அலுவலகத்தைப் பற்றியும் பணிகளைப் பற்றியும்தான் எழுதிக் கொண்டிருக்கிறேன். அவள் தொடர்ந்து

எழுதுவதற்காகத்தான் நானும் உடன் எழுதுகிறேன் என்றாலும் உணர்வின் வேறுபாடுகள் ஒரு தயக்கத்தைக் கொடுக்கின்றன. ஆணுக்கும் பெண்ணுக்கும் இந்த வேறுபாடு இருப்பது இயற்கை என்று தேற்றிக்கொண்டு ஒரு துணை எழுத்தாளனாகவே தொடர விரும்புகிறேன்.

அழுக்குக் கூடையிலிருந்து சிவப்பு மை சட்டை எட்டிப் பார்த்துக்கொண்டிருக்கிறது. மிக அழகாக ஆர்கனைஸ் செய்திருந்தார்கள் இன்றைய சந்திப்பை. ஓர் அதிரடி சபையாக இருக்கும் என்று எதிர்பார்த்தேன். ஆனால் சத்தம் குறைவாகவும் சிந்தனை அதிகமாகவும் இருந்தது.

நிறுவனத்தின் உறுப்பினர்களை நான்கு நிலையாகப் பிரித்திருக்கிறார்கள். இது நிறுவனத்தின் இரண்டாம் நிலை உறுப்பினர்களுக்கும் முதல் நிலை உறுப்பினர்களுக்குமான சந்திப்பு. போரூர் அருகே காட்டுப்பாக்கத்தில் 'நாளை' அலுவலகம் இயங்குகிறது. உறுப்பினர்களுக்கு ஸ்வைப் கார்டு உண்டு. மாதத்துக்கு ஒருவர் நிறுவனத்துக்காக எத்தனை மணி நேரம் வேலை செய்கிறார் என்பதைப் பொறுத்து அவருடைய உறுப்பினர் நிலை நிர்ணயம் செய்யப்படும். நிறுவனத்தின் ஏழு தலைமை உறுப்பினர்களுக்கும் இதே முறைதான் கடைப் பிடிக்கப்படும். ஒவ்வொரு நிலை உறுப்பினர்களுக்கும் சில சலுகைகள் உண்டு. நிலை உயர உயர அவர்களுடைய வாக்கின் மதிப்பும் கூடும். அந்த வாக்குகளைப் பயன்படுத்தி தீர்மானங்களை நிறைவேற்றவும் திருத்தங்களைச் செய்யவும் அவர்கள் முன்வரலாம். இப்படிப்பட்ட ஒரு நூதன ஜனநாயகத்தோடு 'நாளை' செயல்படுகிறது.

ரெசிடென்சி டவர்ஸ் கான்பரன்ஸ் ஹாலில் இருநூறு பேர் கூட்டம். கியூபா அரசுத் தூதர் சிறப்பு விருந்தினராக வந்திருந்தார். ஆனந்தன் அமைதியாக வழிநடத்தினார். தனி ராணுவத்தின் வெவ்வேறு பிரிவுகள் பற்றிக் கலந்தாய்வு செய்தனர். கியூபா தூதர் தனது சில அனுபவங்களைப் பகிர்ந்துகொண்டார். இரண்டாம் நிலை உறுப்பினர்கள் அனைவருமே கல்லூரி மாணவர்கள். அதில் பெரும்பாலானோர் சட்டக் கல்லூரிகளின் மாணவர்கள். ஒரு சிலர் கொஞ்சம் ஆவேசமாகக் கேள்விகள் கேட்டபோது மேடையில் இருந்த முதல்நிலை உறுப்பினர்கள் உற்சாகத்தோடு

பதில் சொன்னார்கள். 'நீங்க, எங்க கன்னத்துல அறைஞ்சும் எட்டி உதைச்சும் கேள்வி கேட்டாத்தான் நம்ம கனவு உயிரோட இருக்குன்ற நம்பிக்கை வரும்' என்று நிறைவு செய்தனர். எல்லாக் கேள்விகளுக்கும் அங்கே பதில் சொல்லப்படவில்லை. அடுத்த கட்டச் சந்திப்பு அடுத்த வாரம்.

'இதே மாதிரி உணர்வுகளைச் சுமந்துக்கிட்டு தமிழ்நாட்டுல நிறையப் பேர் சிதறிக் கிடக்கறாங்க. முதல்ல அவங்களோட அதிர்வுகளை எல்லாம் கொண்டுவந்து எங்ககிட்ட சேக்கறத்துக்கு ஒரு மீடியம் வேணும் அமலன். கொஞ்சம் யோசிங்க' என்று கேட்டுக்கொண்டனர். தருணாவுக்கும் ஏதாவது வேலை கொடுக்கலாமா என்று யோசிக்கிறேன்.

11

எனக்குப் பிடித்த எல்லாப் பாடல்களும் என் குழந்தைக்குப் பிடிப்பதில்லை. சில பாடல்களைப் பாடும்போது மட்டும்தான் என் கருவறைக்குள் ஓர் ஆனந்த மௌனம் நிலவுவதாகத் தோன்றும். அவற்றை மட்டும் அடிக்கடி பாடுகிறேன். அதையும் தாண்டி இயற்கையாகக் கனிந்துவரும் தாலாட்டு ஓசைகளையும் தருகிறேன். மிதமான காற்று வீசும்போது அடுத்த வீதியான பூங்காச் சாலையில் மெல்ல நடந்து இலைகளின் அசைவு களை அனுப்பிவைக்கிறேன். மழை பெய்யும்போது பாதி ஜன்னல் திறந்து துளிகளின் துள்ளல் இசையை உட்கொள்கிறேன். மாலைப்பொழுதில் வானத்து வெளிச்சம் நிறைவதையும் குறைவதையும் ஊருக்குக் கேட்காத ஊமைச் சங்கீதமாய்க் கருதுகிறேன்.

எல்லாமே எனக்குத் தாலாட்டாகத் தோன்றும் காரணம் எனக்கான தாலாட்டு கேட்காமல் போனதுதான். கணினியில் புகைப்படங்களைப் பார்த்துக்கொண்டிருந்தபோது என் தாயின் இடுப்பில் நான் அமர்ந்திருக்கும் ஒரு புகைப்படம் என் பழைய ஏக்கங்களை ஞாபகப்படுத்தியது. கருவறைக்கு வெளியே என் தாய் என்னைத் தூக்கிச் சுமந்த ஒரே தருணம் இந்தப் புகைப்படம் எடுத்த தருணம் மட்டும்தான். அவரைச் சொல்லிக்

குற்றமில்லை. நான்தான் பாவி. ஒரு நோயை எடுத்துக்கொண்டு எனக்கு பிறவி கொடுத்தவள் அவள்.

எனக்கு நினைவு தெரிந்த நாள்முதல் என் தாயைப் படுக்கையில்தான் பார்த்திருக்கிறேன். நான் தவழ்ந்ததை, முதல் எட்டு வைத்ததை, குடுகுடுவென ஓடத் தொடங்கியதை அவள் கட்டிலில் இருந்தவாறு கண்ணீரோடு ரசித்து வந்தாள். ஒருமுறை நான் தடுக்கி விழுந்தபோது தன் உடலின் நிலை மறந்து ஓடி வந்து என்னை வாரி அணைத்துக்கொண்டாள். என் தாய் எனக்குத் தந்த கதகதப்பான ஒரே ஸ்பரிசம் அதுதான். இன்று காலை கதவிடுக்கில் என் கால் விரல்கள் சிக்கி வலித்தபோதும் அந்தக் கடந்தகால கதகதப்புக்கு ஏனோ ஏங்கியது மனம்.

என் தந்தை என்னை கவனித்துக்கொண்ட அளவுக்கு நான் கருவறையில் இருந்தபோது என் தாயைக் கவனிக்கவில்லை. மருத்துவரீதியான தேவைகள், மனரீதியான வருடல்கள் எதையும் தரவில்லை. பிரசவக் காய்ச்சல் உடலைப் பாதித்து மூளையையும் செயல் இழக்கச் செய்துவிட்டது என்பதே என் தாயின் மரணத்தைப் பற்றிய ஒரு வரிச் செய்தி. ஆனால் சிறுவயது

முதலே ஒருவகையான வைரஸ் அவளை ஆட்கொண்டிருந்தது. பிரசவ காலத்தில் அது விஸ்வரூபம் எடுத்து விட்டது.

எனது ஆறாவது வயதில் அவள் என்னை பிரிந்துவிட்டாள். அவள் இறந்தபோது நான் அழவில்லை என்று சொல்வார்கள். குழந்தைக்கு எந்த பாதிப்பும் இல்லை என்று சுற்றி இருந்தவர்கள் மகிழ்ந்தார்களாம். அந்த ஒருநாளில் நான் அழுது முடித்திருக்கலாம். ஆனால் வானத்தின் வெவ்வேறு பகுதிகளில் மேகங்கள் சிதறிக்கிடப்பதுபோல், என் வாழ்க்கையின் வெவ்வேறு பருவங்களில் அழுதுகொண்டே அலைந்தேன்.

ஒரு தாயின் உள்ளங்கைச் சூடு, அவள் முத்தத்தின் அழுத்தம், குழந்தை காயப்படும்போது அவளுடைய பதற்றம், குளிப்பாட்டும்போது கண்ணுக்குள் சோப்பு நுரை விழாமல் பார்த்துக்கொள்ளும் பக்குவம் – யார் யாரோ சொல்லி நான் கேள்விப்பட்டவை இவை. தூரத்தில் செல்லும் பலூன்காரனின் வண்ண வண்ண பலூன்களை ஏக்கத்தோடு பார்த்து ரசிக்கும் ஏழைக் குழந்தையாய் இந்த அனுபவங்களை ரசித்துக்கொள்கிறேன்.

என் தாயால் எனக்குத் தர முடியாமல் போன அத்தனை அன்பையும் என் குழந்தைக்குத் தரப்போகிறேன். என் கருவறைக்குள் குழந்தை அடிக்கடி புரண்டு படுக்கும்போது எனக்கான ஒரு புதிய உலகம் சுற்ற தொடங்கிவிட்டதை உணர்கிறேன்.

12

இணையதளத்தில் இளைப்பாறிக் கொண்டிருந்தபோது ஆனந்தனின் வலைப்பூவைக் கண்டறிந்தேன். வெள்ளையும் நீலமுமாய்க் கண்களுக்கு இதமாக இருந்தது முதல் பக்கம். நிறையக் கட்டுரைகளை எழுதியிருக்கிறார். ஆங்காங்கே சில புகைப்படங்கள் சுருண்டு கிடந்தன. ஆனந்தன் தன் ஆறு நண்பர்களோடு எடுத்துக்கொண்ட புகைப்படம், அந்த முதல் பக்கத்தில் அங்குமிங்கும் அலைந்துகொண்டு இருந்தது.

'சங்கமித்த சரித்திரம்' என்று ஒரு வரி என்னை ஈர்த்தது. அதனுள் புகுந்தபோது புதுவிதமான வரைபடம் ஒன்றைக் காணநேர்ந்தது. நதிகளின் அடிப்படையில் – மாவட்டங்களின் அடிப்படையில் – ஜனத்தொகையின் அடிப்படையில் தமிழ்நாட்டு வரைபடங்களைப் பார்த்திருக்கிறேன். ஆனால் இவர்கள் அரசியல் கட்சிகளின் அதிகாரத்தை மையமாகக்கொண்டு ஒரு மாநில வரைபடத்தை அமைத்திருக்கிறார்கள்.

வரைபடத்தின் அடிக்குறிப்பில் ஏழு குறியீடுகள் காணப்பட்டன. அவை ஏழு கட்சி களைக் குறிக்கின்றன. தமிழ்நாட்டில் எந்தெந்த மாவட்டத்தில் எந்தெந்தக் கட்சிகள் ஆதிக்கம் செலுத்திவருகின்றன என்பதை விளக்கும் படம்.

குறிப்பிட்ட மாவட்டத்தை க்ளிக் செய்தால் அந்த மாவட்டத்தில் ஏன் அந்தக் கட்சி ஆதிக்கம் செலுத்துகிறது என்ற விளக்கம் ஒரு தனிப்பக்கத்தில் திறக்கிறது. அந்த விளக்கத்தின் இறுதியில் 'Regional Economics' என்று ஒரு சுட்டி. அதை க்ளிக் செய்தால் அந்த மாவட்டத்தின் பொருளாதாரத்துக்கும் ஆதிக்கம் செலுத்தும் கட்சிக்குமான தொடர்புகள் பற்றிய குறிப்புகள் காணப்படுகின்றன. 'Regional Economics' அருகில் 'Regional Psychology' என்று இன்னொரு சுட்டி. அதில் குறிப்பிட்ட மாவட்டத்தின் பாரம்பரிய நம்பிக்கைகள் பற்றிய செய்திகள் வரிசைப்படுத்தப்பட்டிருக்கின்றன.

இந்தத் தகவல்கள் எல்லாமே புள்ளிவிவரங்களோடும் புகைப்படங்களோடும் காணப்படுகின்றன. இத்தனை ஆழமாய் அலசியிருக்கிறார்கள் என்றால் எத்தனை நாட்கள் இதற்கு உழைத்திருப்பார்கள் என்று தெரிந்துகொள்ள விரும்பினேன். மீண்டும் 'சங்கமித்த சரித்திரம்' பக்கத்துக்குச் சென்றபோது 'History of the missed trains' என்று ஒரு சுட்டி பச்சையில் பளிச்சிட்டது.

இந்தச் சுட்டியின் பக்கங்களில் 'நாளை' நிறுவனத்தின் ஏழு நிறுவனர்களின் பாதையும் ஒன்றன்பின் ஒன்றாக வரிசைப்படுத்தப்பட்டிருந்தன. இவர்கள் ஏழு பேரும் ஒரே பள்ளியில் படித்தபோது ஒருவருக்கு ஒருவர் அறிமுகம் உண்டு. மிக நெருங்கிய நட்பெல்லாம் இல்லை. ஆனால் இவர்களுக்குள் இருந்த ஓர் ஒற்றுமை – அரசியல் வழியாக சமூகப்பணி செய்யவேண்டும் என்ற நோக்கம். கல்லூரிக் காலங்களில் இந்த ஏழ்வரும் ஏழு வெவ்வேறு அரசியல் கட்சிகளில் அடிப்படைத் தொண்டர்களாகப் பணி ஆற்றியிருக்கிறார்கள். ஒரு குறிப்பிட்ட காலத்துக்குப் பின் காயங்களோடு விலகிவிட்டார்கள்.

ஆனந்தன் விலகியதற்குக் காரணம் தன் கட்சியில் கொள்கைக்கும் நடைமுறைக்கும் இடையே இருந்த வேறுபாடு. 'ஓட்டு அரசியலுக்கு' அந்தக் கட்சி கொடுத்த அதி முக்கியத்துவம். தவுலத் கானின் விரக்திக்குக் காரணம் தன் கட்சித் தலைமையின் சர்வாதிகாரப் போக்கு. முடிவெடுக்கும் தருணங்களில் ஜனநாயகத் தன்மை அற்ற நிலை.

பாலா விலகியதன் வாதம், தான் சார்ந்திருந்த கட்சி ஈழப்போரின் இருட்டைத் தனக்கு விளம்பர வெளிச்சமாகப்

பயன்படுத்திக்கொண்டது. தமிழக மக்களின் சில அடிப்படை நம்பிக்கைகளைத் தள்ளி நின்று கேலி செய்வது. 'ஒரு குறிப்பிட்ட ஜாதியின் அடையாளமாகத் தொடங்கப்பட்ட இந்தக் கட்சியால் தமிழின அடையாளத்தையோ தேசிய அடையாளத்தையோ ஏற்படுத்த முடியாது என்பது என் நம்பிக்கை' என்பது சாலமன் தான் சார்ந்திருந்த கட்சியை விட்டு விலகியபோது எழுதிய தீர்மானம். 'கட்சி நிர்வாகம் இன்றும் ஒரு மன்னர் மனநிலையில்தான் இருக்கிறது. அடிக்கடி நேரும் அர்த்தமற்ற கூட்டணித் தாவல்களைப் புரிந்துகொள்ள முடியவில்லை. தொண்டர்களுக்குப் புரியவைக்க கட்சித் தலைமை முயற்சிப்பதும் இல்லை.' கருணாகரனைத் தன் கட்சியிலிருந்து வெளியேறச் செய்த கருத்து.

இம்ரானின் வருத்தமெல்லாம் எத்தனையோ ஆண்டுகளாக ஆட்சிக்கு வராத தன் கட்சி இறந்தகாலத்தை மட்டுமே முன் நிறுத்தவேண்டியிருக்கிறது என்பதுதான். மாநில அடையாளங்களைத் தொலைத்ததும், சிதறிய தலைமையும், ஈழத்தமிழர்களுக்கு எதிராகச் செயல்பட்ட ஒரு தேசிய இயக்கத்தோடு தொடர்புடைய கட்சி என்ற அடையாளமும் இம்ரானை நம்பிக்கை இழக்கச் செய்தன. 'அதிகாரத்துக்கு அருகில் போகத் துளியளவும் முயற்சிக்காமல் தூரத்தில் இருந்துகொண்டே குரல் கொடுத்துக்கொண்டிருப்பதால் ஒரு பயனும் இல்லை. இந்தக் கட்சியில் உறுப்பினர் ஆவதற்குக் கடுமையான நடைமுறைகளை வைத்திருப்பது கண்டிக்கத்தக்கது.' தான் கட்சியை விட்டு வெளியேறியபோது சத்யா போஸ்டர் அடித்த வாசகங்கள் இவை.

தாங்கள் உறுப்பினரான கட்சிகளில் ஒவ்வொருவரும் எதிர்பார்த்த ஒரு மாற்றுப் பாதையில் வளர்ச்சி அரசியல் என்பதை மட்டுமே அடிப்படையாகக் கொண்டு தங்கள் கட்சி செயல்படவில்லை என்பது ஆன்மாவரை ஆழப் பதிந்த ஏக்கம் ஆகிப்போனது ஏழ்வருக்கும்.

நான் அதீத ஆர்வத்தோடு எழுதிக்கொண்டிருப்பதைத் தூரத்திலிருந்து தருணா பார்த்துக்கொண்டிருக்கிறாள். அருகில் வந்து பார்த்தால் என் காதைத் திருகுவாள். அவளுக்கு அரசியல் பிடிக்காது.

◊ ◊ ◊

13

இரண்டு நாட்களுக்குமுன் மாயாஜால் சென்றிருந்தோம். படம் பார்க்க அரங்கத்திற்குள் செல்லும் முன் கொஞ்சம் காத்திருக்க வேண்டி யிருந்தது. யாரெல்லாம் செல்போனில் புகைப்படம் எடுத்துக்கொண்டிருக்கிறார்கள் என்று எண்ணிக்கொண்டிருந்தேன்.

அமலன் எனக்கு பட்டர் பாப்கார்ன் வாங்கி வந்தார். ஒவ்வொரு முறை வாயில் அள்ளிப் போடும்போதும் ஒன்றோ இரண்டோ சிதறி விழத்தான் செய்தன. கடைசியாக காகிதத்தைக் கசக்கும்வரை ஆடையில் சிதறிய பாப்கார்ன் எண்ணிக்கையைவிட செல்போனில் புகைப்படம் எடுத்தவர்களின் எண்ணிக்கை அதிகமாக இருந்திருக்கும் என்றே நினைக்கிறேன். என் மண்டையில் லேசாய்த் தட்டி இந்த பாப்கார்ன் புகைப்பட முடிச்சிலிருந்து என்னை அவிழ்த்து விட்டார் அமலன்.

படம் முடிந்துத் திரும்பும்போது கார் ஸ்டார்ட் ஆகவில்லை. அமலன் என்னென்னவோ செய்து பார்க்கிறார். அது திங்கள் காலை பள்ளிச் சிறுவனைப்போல் முனகி முனகி நிற்கிறது. அருகில் இருந்த பணியாளர்களை வைத்துத் தள்ளிப் பார்த்தோம். எதுவும் நடக்கவில்லை.

ஒரு பணியாளர் தனக்குத் தெரிந்த மெக்கானிக்கை அழைத்து வருவதாகச் சொன்னார். சொன்ன பதினைந்து நிமிடத்தில் அழைத்தும் வந்தார். அழுக்குச் சட்டையோடு வந்தவர் கையில் ஒரு மிகப் பெரிய பை வைத்திருந்தார். அதிலிருந்து சில வயர்களை எடுத்து கார் பேட்டரியோடு பொருத்தினார். 'பேட்ரி பவர் இல்லங்க...' என்று சொல்லிவிட்டு அவசர அவசரமாக பேட்டரியைக் கழற்றினார். 'ஒரு மூணு மணிநேரத்துல சார்ஜு போட்டுக் கொண்டாரேன்' என்றார்.

அதற்குள் இன்னொரு படம் பார்த்துவிடலாம் என்று முடிவு செய்து மீண்டும் உள்ளே சென்றோம். படம் முடிந்து வெளியில் வந்ததும் அந்த மெக்கானிக் எங்கள் கார் அருகே நின்றிருந்தார். 'வண்டி ரெடி' என்றார். அவருக்கு நன்றி சொல்லி இருநூறு ரூபாய்ப் பணமும் கொடுத்து அனுப்பினோம். கார் மிகச் சீராக ஓடியது.

ஆனால் அடுத்த நாளே மீண்டும் அடம் பிடிக்கத் தொடங்கியது. ஒரே நாளில் மூன்றுமுறை நின்றுவிட்டது.

ஒவ்வொரு முறையும் சர்வீஸ் சென்டர் ஆட்களை அழைத்து பழுதுபார்க்க வேண்டியிருந்தது. இன்று ஒருநாள் வண்டியை முழுவதும் சரிசெய்வது என மெயின் சர்வீஸ் சென்டருக்கு எடுத்துச் சென்றோம். அங்கே பேனட்டைத் திறந்து பார்த்தவர்கள் அதிர்ச்சியானார்கள். 'இது இந்த வண்டிக்கு உரிய பேட்ரியே கெடையாது' என்று அடித்துக் கூறினார்கள்.

Manual புத்தகத்தை திறந்து அதில் குறிப்பிட்டிருக்கும் பேட்டரி எண்ணையும் கம்பெனி பெயரையும் அமலனிடம் காட்டினார்கள். அதில் 'sonic' என்ற பெயர் இருந்தது. ஆனால் இப்பொழுது வண்டியில் இருப்பது 'black gold'. 'வண்டிய வேற எங்கயாவது சர்வீஸ் விட்டீங்களா?' என்பது அவர்களின் முதல் கேள்வி. ஆம் என்று கூற அமலனுக்கு விருப்பமில்லை. நான் கூறினேன்.

'எவனோ ஒரு மெக்கானிக் உங்களோட பேட்ரிய எடுத்துக்கிட்டு ஒரு லோகல் பேட்ரியப் போட்டுத் தந்திருக்கான்' என்றதும் ஒருவரையொருவர் பார்த்துக்கொண்டோம்.

'வண்டியோட ஒரிஜினல் பேட்ரிய சார்ஜ் போட்டா அதுவே போதுமானதா இருந்திருக்கும். ஆனா இனி புது பேட்ரிதான் சார் வாங்கணும்' என்று கண்டிப்பாக சொல்லிவிட்டார்கள். நான்காயிரம் கொடுத்து வாங்கித் தொலைத்தோம். 'இதை முதல்லயே செய்திருக்கலாம்' என்று உடன்வந்த லலிதா சொன்னாள். மெக்கானிக் மாற்றியது லோக்கல் பேட்டரி என்பது எப்படித் தெரியாதோ, அதே மாதிரி இது புது பேட்டரி, இதன் விலை நான்காயிரம் என்பதும் நிச்சயமில்லை. அப்பொழுது ஏமாந்துவிட்டோம் இப்பொழுது விழித்துக்கொண்டோம் என்று எந்தக் கணத்திலும் சொல்லமுடியாத அளவுக்கு முப்பொழுதும் வாய்பிளந்து கிடக்கிறது உலகம்.

இருவருக்குமே மிக ஏமாற்றமாக இருந்தது. 'இதுவும் ஒரு லெசன் – ரிலாக்ஸ்' என்று அமலனைச் சாந்தப்படுத்திய எனக்கு பலமுறை முகம் கழுவியும் இயல்பு திரும்பவில்லை.

தகவல். அது ஒன்றுதான் எங்களைக் காப்பாற்றியிருக்க முடியும். மெக்கானிக்கிடம் பேட்டரியை கொடுப்பதற்குமுன் அந்த பேட்டரியின் எண்ணையும் கம்பெனிப் பெயரையும்

கபிலன் வைரமுத்து | 45

குறித்துவைத்திருக்க வேண்டும். எங்கள் இருவருக்குமே அது தோன்றவில்லை. சர்வீஸ் சென்டர் எண் அப்பொழுது கையில் இல்லாத காரணத்தால் அருகில் இருந்த மெக்கானிக்கை அழைக்க வேண்டியிருந்தது. சர்வீஸ் சென்டரில் ஆயிரம் விளக்கங்கள் கொடுத்தார்கள். எதுவும் புரியவில்லை. காரைப் பற்றிய அடிப்படை தெரியாமல் ஒரு கேள்விகூடக் கேட்க முடியவில்லை. எல்லாவற்றையும் ஏற்றுக்கொள்ள வேண்டியிருந்தது. ஓரிரு தகவல்களைச் சரியாகக் கையாண்டிருந்தால் குறைந்தபட்சம் நாம் ஏமாறவில்லை என்ற எண்ணமாவது மிஞ்சியிருக்கும்.

என் குழந்தைக்காக நாங்கள் கற்றுக்கொள்ளும் பாடங்களில் இதுவும் ஒன்று. பாலூட்டி தேனூட்டி வளர்ப்பதோடுநில்லாமல் வயதுக்கேற்ற தகவலூட்டி வளர்க்கப் போகிறேன். தகவலின் முக்கியத்துவத்தை எவ்வளவு சீக்கிரம் உணர்த்த முடியுமோ அவ்வளவு சீக்கிரம் உணர்த்த விரும்புகிறேன். எந்தெந்தப் பருவத்தில் என்னென்ன ஏமாற்றங்களைச் சந்திக்க நேரும் என்பதைத்தான் விளையாட்டு வடிவங்களாகச் சித்திரிக்கப் போகிறேன். 'மெய்ப்பொருள் காண்பதறிவு' என்பதற்கு ஒவ்வொரு நாளும் புதிய அர்த்தங்கள் கிடைக்கின்றன.

◊◊◊

14

மற்ற ஆறுபேரைவிட சாலமன் கொஞ்சம் துடிதுடிப்பானவர். ஊழல் கண்காட்சி தொடர்பாக சோமசுந்தரம் மைதானத்தில் அவரோடு பேசிக்கொண்டிருந்தது சுவாரசியமாக இருந்தது.

கிரிக்கெட் ஆடிக்கொண்டிருந்த இளைஞர்களின் பந்து எங்கள் தோளிலும் காலிலும் விழுந்துகொண்டிருந்தது. மைதானத்தில் இருந்த பெரும்பாலானவர்கள் 'நாளை' உறுப்பினர்கள். நிறுவனத்தின் இளைஞர்கள் உடல் மனம் சோர்ந்துவிடாமல் பார்த்துக்கொள்வது சாலமன் தானே முன்வந்து ஏற்றுக்கொண்ட பொறுப்பு. அதை வெவ்வேறு வழிகளில் செய்துகொண்டு இருக்கிறார்.

கண்காட்சிக்காக என் அலுவலகம் தயாரித்து வைத்திருந்த '100 windows' திட்டம் அவரை மிகவும் கவர்ந்தது. ஊழல் ஜன்னல்கள் என்று நூறு வரைந்திருந்தோம். இவை வரிசையாக அமைக்கப்படாமல் அரங்கத்தில் ஓர் அழகான ஒழுங்கீனத்தோடு அங்கும் இங்கும் அமைக்கப்பட்டிருக்கும். ஒவ்வொரு ஜன்னலோடும் வெள்ளைத்திரைகள் பொருத்தப்பட்ட ஒரு Display suit இணைக்கப்படும்.

ஒரு பார்வையாளர் இந்த ஜன்னலின் நேர்க்கோட்டில் பத்து மீட்டர் தொலைவில் கால்

வைத்துவிட்டாலே சென்சார் தகவல்கள் மூலம் Display suit-இல் குறிப்பிட்ட ஊழல் தொடர்பான Virtual drama அரங்கேறும். பார்வையாளர்கள் அதை ஜன்னல்வழியே காணலாம். அதன் இறுதியில் சம்பந்தப்பட்ட அரசியல் தலைவர்கள் ஜன்னல் அருகே வந்து பார்வையாளர்களை ஏளனம் செய்வதுபோல வடிவமைத்திருந்தோம். எந்தெந்த ஊழல் ஜன்னலில் எந்தெந்த Virtual drama அரங்கேற வேண்டும் என்பது ஒரு server மூலம் வழி நடத்தப்படும்.

வடிவமைக்கப்பட வேண்டிய virtual drama-வுக்கான திரைக்கதை அனைத்தையும் சாலமன் கொடுத்துவிட்டார். சில பொதுவான கதாபாத்திரங்களையும் உருவாக்க கேட்டிருக்கிறார். ஊழல் ஜன்னல்கள் அமைத்தது போல 'அரசியல் வங்கிகள்' அமைக்கக் கோரினார்.

அதென்ன அரசியல் வங்கி? ஓட்டு வங்கியா? நான் கேள்வி கேட்டபோது, 'Ithaca Hours கேள்விப்பட்டிருக்கீங்களா? அது மாதிரிதான் இதுவும்' என்றார். எங்கேயோ படித்த ஞாபகம் இருந்தாலும் 'கேள்விப்பட்டதில்லை' என்று அடக்கமாகப் பொய் சொன்னேன்.

ஏழு பேரும் ஏழு கட்சிகளை விட்டுப் பிரிந்து வந்ததற்கான பல காரணங்களில் ஒன்று, பணம். கட்சியின் தலைவர் தொடங்கி – கொள்கை பரப்புச் செயலாளர் – மாவட்டச் செயலாளர் – ஒன்றிய அமைப்பாளர் – அடிப்படை உறுப்பினர் வரை – பணம் எப்படி ஒரு கத்திமுனை இடைவெளியை வளர்த்திருக்கிறது என்பதை ஏழு பேரும் அனுபவித்திருக்கிறார்கள்.

எல்லாவற்றுக்கும் பணம் வேண்டும் என்பதால் அவை வரும் வழிகள் பற்றிக் கட்சி உறுப்பினர்கள் கவலைப்படுவதில்லை. பணம் வேண்டும். அதைச் சம்பாதிக்கும் வழிகளில் மாற்றங்கள் வேண்டும்.

ஓர் அரசியல் கட்சியானது இன்று முதலில் கவனத்தில் கொள்ளவேண்டியது இதைத்தான் என்பது இவர்கள் எண்ணம். எல்லாமே கனவில்தானே தொடங்குகிறது. ஆனால் இவர்களின் கனவு கடைசிவரை கனவாகவேதான் இருக்கும் என்று எனக்குத் தோன்றுகிறது.

Time Banking என்று ஒரு வழிமுறை. உலகத்தின் முப்பத்தேழு நாடுகளில் இது நடைமுறையில் உள்ளது. நேரத்தை கரன்சியாக மாற்றும் முறை. நியூயார்க்கில் Ithaca hours என்று அழைக்கப்படுகிறது. ஒரு Ithaca hours பத்து டாலருக்குச் சமம். ஐம்பது டாலர் நூறு டாலர் போல Ithaca hours காகிதத்தில் அச்சடிக்கப்படுகிறது. ஒவ்வொரு நோட்டுக்கும் இருப்பதுபோலவே இதற்கும் சீரியல் எண் வழங்கப்படுகிறது. யாருக்கோ விற்று கரன்சியாக மாற்றப்பட்ட நேர நோட்டைக்கொண்டு ஒரு குறிப்பிட்ட சமூகத்தில் என்ன வேண்டுமானாலும் வாங்கலாம். பணத்துக்கு மாற்றாகவும் நேரத்தின் முக்கியத்துவத்தை உணர்த்தவும் இந்த Time Currency உதவுவதாக சம்பந்தப்பட்ட சமூகத்தினர் கூறுகின்றனர்.

சாலமனை பொறுத்தவரை ஒவ்வொரு கட்சியும் ஒரு தனிச் சமூகம். Moral Value Banking (MVB) என்ற ஒரு முறையை முன்வைக்கிறார். நேரத்தை கரன்சியாக மாற்றுவதுபோல – நேர்மையை ஏன் மாற்றக்கூடாது? சுயவாழ்க்கை, பொதுவாழ்க்கை இரண்டிலும் நேர்மையை நிலைநிறுத்த இதுவும் ஒரு வழியாக இருக்கலாமே. ஒரு நேர்மை நோட்டு ஐயாயிரம் ரூபாய்க்குச் சமம் என்று பரிசோதித்துப் பார்க்கலாமே. அப்படிச் செய்தால் நேர்மையாக வாழ்கிறவர்கள்தான் வசதியாக வாழமுடியும் என்று, தத்துவத்தையே திருத்தி எழுத முடியுமே. நேர்மையில் தொடங்கி ஒவ்வொரு வாழ்வியல் மதிப்புகளுக்கும் கரன்சிகள் கொண்டுவரலாம். கட்சியில் இயங்கும் இந்த கரன்சி முறையை மெல்ல மெல்ல மாநிலமயமாக்கலாம்.

'நேரத்தை அளக்க முடியும் நேர்மையை எப்படி?' என்ற கேள்வி வரும். மனிதகுலம் தோன்றியபோதே நேர முறை தோன்றவில்லை. பல்வேறு விஞ்ஞானக் கண்டுபிடிப்புகளின் தொகுப்புதான் நேரம். அது மாதிரி பல்வேறு சமூக நிகழ்வுகளைக் கொண்டு தொலைநோக்குப் பார்வையோடு ஒவ்வொரு வாழ்வியல் மதிப்புக்கும் ஓர் அளவுகோலைக் கண்டறியலாம். அதைக்கொண்டு இந்த கரன்சிமுறையைக் கடைப்பிடிக்கலாம். சாலமனின் ஒரு மணி நேர விளக்கத்தில் எனக்குப் புரிந்தது இவ்வளவுதான். இப்படி ஒரு model moral value banking system ஊழல் கண்காட்சியில் இடம்பெறவேண்டும் என்று சாலமன் கேட்டுக்கொண்டார்.

எங்கள் உரையாடல் முடியும்போது நன்கு இருட்டியிருந்தது. மைதானத்தில் விளக்குகள் எதுவும் எரியவில்லை. அந்த எருமை இருட்டிலும் ஒரு கூட்டம் கிரிக்கெட் விளையாடிக்கொண்டிருந்தது. பந்து வரும் திசை தெரியாமல் பேட்டிங் செய்ய வந்தவர்கள் போல்ட் ஆகிக்கொண்டிருந்தார்கள்.

15

இதுவரை நான் வரைந்த ஓவியங்களை இன்று காலைதான் அவர் மொத்தமாகப் பாராட்டினார். கர்ப்பிணிப் பெண்ணை அடிக்கடி பாராட்ட வேண்டும் என்று யாரோ சொல்லிவிட்டார்கள்போல. நான் முழுகி மூர்ச்சையாகும் அளவுக்குப் பாராட்டு மழை பொழிந்துவிட்டுப் போயிருக்கிறார். உண்மையைச் சொல்லவேண்டும் என்றால் எனக்கே இதில் சில ஓவியங்கள் பிடிக்கவில்லை. 'உன் பெருமை உனக்குத் தெரியாது' என்று ஒவ்வொரு ஓவியத்திலிருந்தும் தான் புரிந்துகொண்டதை அழகாக விளக்கினார். அதற்குப்பின் எனக்கே அவற்றின் மீதான மதிப்பு கூடியிருந்தது. 'உங்க மார்க்கெட்டிங் ப்ரெயின் என்னைப் பாராட்டறத்துக்கு ரொம்ப உதவியா இருக்கு, இல்ல?' நான் முகம் சுளித்தபோது என் மூக்கைப் பிடித்து அழுத்தினார். அது சிவந்து சீராகும்வரை பொறுப்புடன் பார்த்துவிட்டு புறப்பட்டார்.

என்னையும் என் சித்திரப் பழக்கத்தையும் பிரிக்கமுடியாது. எங்கே வெள்ளைக் காகிதத்தைப் பார்த்தாலும் ஏதாவது லைன் டிராயிங் தொடங்கி விடுவேன். ஒருமுறை அமலன் என்னை ஒரு மிகப்பெரிய மீடியா மாநாட்டுக்கு அழைத்துச் சென்றிருந்தார். அங்கே கருத்துகளைப்

பரிமாறுவதற்காக மேசைகளில் காகிதங்களும் பென்சில்களும் வைத்திருந்தார்கள். மேடையில் ஒரு பெண் மிக நீண்டதோர் உரையாற்றினார். அந்த உரைக்கான

எங்கள் கருத்துகளை நாங்கள் எழுதவேண்டும். அமலனைப் பார்த்தேன். ஒரு மிகப் பெரிய கட்டுரைக்கான தோரணையோடு தொடங்கினார். எல்லாரும் சீரியஸாக எழுதிக் கொண்டிருந்தார்கள். நான் அந்த மேடைப் பெண்ணின் அழகை ரசித்துக்கொண்டிருந்தேன். அவருடைய முகத்தை வரையத் தொடங்கினேன். அரை மணி நேரத்தில் ஒருவர் வந்து எல்லாக் காகிதங்களையும் சேகரித்தார். நான் கொடுக்கவில்லை. அமலன் பிடுங்கிக் கொடுத்துவிட்டார். 'உங்களுக்கு அறிவே இல்ல' என்று நான் தலையில் அடித்துக்கொண்டேன்.

மேடையிலிருந்த பெண் அந்தக் காகிதங்களை ஒன்றன்பின் ஒன்றாகப் புரட்டியபோது சிரித்தார். 'Somebody has suggested I look cool without my ear rings' என்று அவர் சொன்னபோதுதான் அந்த அழகான தோடுகளை வரைய மறந்துவிட்டோமே என்று நாக்கைக் கடித்துக்கொண்டேன்.

திருமணத்துக்கு முன் அமலன் எனக்கு அனுப்பிய ஒவ்வொரு காதல் தகவலுக்கும் ஓவியங்களால் மட்டும்தான் பதில் சொல்லுவேன். என் வாழ்க்கையில் நான் மிகவும் ரசித்த ஓவியப் பருவம் அது. Facebook, twitter, sms, e-mail என்று எதில் அவர் பேசினாலும் நான் அதற்கு பதிலாக ஓர் ஓவியம் வரைந்து மின்னஞ்சல் அனுப்புவேன். சில நேரங்களில் நான் தாமதப்படுத்துகிறேன் என்பதற்காகவே எனக்கு ஒரு ஐ-பேட் பரிசளித்தார்.

இன்று மாலை மெரீனா செல்லலாமா என்று கேட் பார். ஒரு கிளிஞ்சல் வரைந்து அதில் வெல்கம் என்று எழுதி அனுப்புவேன். வேலை பளு மிக அதிகமாக இருக்கிறது என்று அனுப்புவார். மயிலிறகால் ஆன ஒரு மின்விசிறி வரைந்து அனுப்புவேன். நேற்று நீ அணிந்திருந்த சுடிதார் அழகாக இருந்தது என்று அனுப்புவார். காதல் என்று எழுதி அதற்குள் கண்மணிகள் இல்லாத கண்களை வரைந்து அனுப்புவேன். இரண்டு நாட்களாகத் தலைவலி என்பார். கணினி மவுசுக்கு

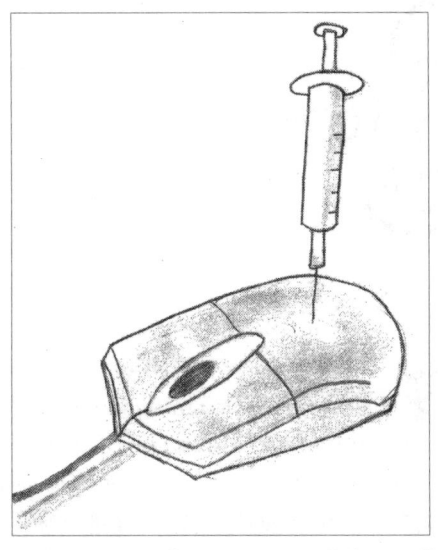

மயக்க ஊசி போட்டு அனுப்புவேன். *108* டிகிரி – ஒரே புழுக்கம் என்று புலம்புவார். பனி மலைகளை மின்னஞ்சல் செய்வேன். அப்பா என்ன செய்துகொண்டிருக்கிறார் என்று எழுத்துப் பிழைகளோடு கேட்பார். நானும் பொறுப்பில்லாமல் ஒரு collage வரைந்து அனுப்புவேன். 'ஓ... பரபரப்பாக இருக்கிறார்களா?' என்று புரிந்துகொள்வார். இந்தப் பிறந்தநாளுக்கு என்ன பரிசு வேண்டும் என்று கேட்பார். அதற்கு... மறந்துவிட்டேன்...

அமலன் குளித்துக்கொண்டிருந்தார். களைப்போடு கிடந்த அவருடைய அலுவலகப் பையில் ஒரு பாலித்தீன் பை துறுத்திக்கொண்டிருந்தது. 'என்னங்க இது?' என்று கேட்டபோது பாத்ரூமில் இருந்தவாறே 'எடுத்துச் சாப்பிடு' என்றார். பிரித்துப் பார்த்தால் ரப்பர், பென்சில், ஷார்ப்னெர், ஸ்கேல் கிரேயான்ஸ் என்று குவிந்துகிடந்தன. தொட்டால் பிசுபிசுவென்று இருந்தது. அத்தனையும் சாக்லெட். எனக்கு சாக்லெட் பிடிக்காது என்பது அமலனுக்குத் தெரியும். இருந்தாலும் இந்த வடிவங்களைப் பார்த்தபோது வாங்கத் தோன்றியிருக்கும். லாவெண்டர் நிறத்தில் இருந்த ஷார்ப்னெரைச் சுவைத்தேன். புளிப்பாக இருந்தது.

16

கீழே சிதறியிருக்கும் பூக்களை மிதிக்காமல் நடப்பது யார் என்பது தருணாவுக்கும் லலிதாவுக்குமான போட்டியாக இருக்கவேண்டும். தூரத்தில் நடந்துசெல்லும் இருவரும் அடிக்கடி சாலையை உற்றுப் பார்த்து, துள்ளிக் குதித்து முன்னேறிய காட்சி அப்படித்தான் நினைக்கத் தோன்றியது. தருணா இருக்கும்போது அதற்கான சாத்தியக்கூறுகள் மிக அதிகம். இன்று லலிதாவுக்கு விடுமுறை. அதிகாலையில் வந்து மணியடித்து தருணாவை எழுப்பி வாக்கிங் அழைத்துச் சென்றிருக்கிறாள்.

'என்ன, எங்க பாத்தாலும் ஒரே பானையா இருக்கு?' என்று லலிதா சொன்னபோது நான் தூக்க கலக்கத்தில் இருந்தேன். ஒரு லெமன் கிரீன் டீ எடுத்துக்கொண்டு வாசல் படியில் அமரச் சென்றபோது அருகில் இருந்த மேஜையில் நாளை நிறுவனத்தின் கொள்கைப் புத்தகங்கள், உறுப்பினர் சேர்ப்புக் கோப்புகள், பழைய விளம்பரங்கள் என்று குவிந்துகிடந்ததை பார்த்தேன். எல்லாவற்றிலும் 'சக்கரத்திலிருந்து ஒரு சிவப்பு மண்பானை திரண்டுவரும் புகைப்படம்' காணப்பட்டது. அதைப் பார்த்துவிட்டுத்தான் லலிதா அப்படிக் கேட்டிருக்க வேண்டும். இத்தனை நாட்களாக நானே இதைக் கவனிக்கவில்லை.

சாலமனுக்கு அதுபற்றிக் கேட்டு ஒரு எஸ்.எம்.எஸ் அனுப்பினேன்.

'சங்கமித்த சரித்திரம்' என்ற ஆனந்தன் வலைப்பூவின் இணைப்பை மீண்டும் முழுமையாகப் படிக்கக் கேட்டுக் கொண்டார். தருணாவின் ஐ-பேடைத் தட்டியபோது டவுன்லோட் வேகமாக இல்லை. கையில் ஒரு லெமன் கிரீன் டீ இருந்ததால் அந்த வேகக்குறைவை சகித்துக்கொண்டேன். நான் பார்க்க மறந்த பக்கங்களில் இந்த பானை பக்கங்களும் இருந்தன. படித்துவிட்டேன்.

தொடர்ந்து எப்படி எழுதுவது என்று நான் அவ்வப்போது கவலைப்பட்டாலும் ஒவ்வொரு நாளும் யாராவது வந்து ஒரு தலைப்பு கொடுத்துவிடுகிறார்கள். அதிகாலையில் வந்து என்னை எழுதத் தூண்டியதற்காக லலிதாவுக்கு நன்றி சொல்லவேண்டும். ஐந்து முழுப் பக்கங்கள் ஐந்து வரிகள்போல இருந்தன.

நான் படித்ததை எனக்கு இருக்கும் இந்தப் பதினைந்து நிமிட ஹீட்டர் இடைவெளியில் எழுதிவிடுகிறேன். மாலைவரை நினைவில் இருக்குமா தெரியவில்லை.

தமிழர் நாகரிகத்தைப் பற்றிய ஓர் ஆய்வில் ஈடுபடுகிறார் விரிவுரையாளர் ஆனந்தன். குடிகள் பயன்படுத்திய அடிப்படை வீட்டு உபகரணங்கள் பற்றியும் அவை உருவான விதம் பற்றியும் தகவல் சேகரிக்க வேண்டும். சாலமனுக்கு தங்கள் ட்விட்டர் நண்பர்களின் புத்தாண்டு twestival-காகப் பரிசுப் பொருட்கள் வாங்கவேண்டும். தி.நகரில் அமைந்திருக்கும் தன் நண்பனின் உணவகத்தில் மண்சட்டி பிரியாணி மிகப் பிரசித்தி. குறைவான விலையில் மண்சட்டிகள் வாங்கித்தருவதாக நண்பரிடம் சொல்லியிருக்கிறார் தவுலத்.

தான் வசனம் எழுதும் படத்தில் ஒரு குயவன் கதாபாத்திரம் இடம்பெறுகிறது. எழுத்தாளர் கருணாகரனுக்குக் குயவனின் தொழில்மொழியைத் தெரிந்துகொள்ளவேண்டும். தன் புதிய கிளினிக்கைப் பாரம்பரியப் பொருட்களால் அழகுப்படுத்த உளவியல் மருத்துவர் இம்ரானுக்கு விருப்பம்.

பானை செய்யும் அந்தக் குடில் கிழவர், கண் மருத்துவர் பாலாவின் நெருங்கிய உறவினர். நகரத்தில் அவருக்குத் தொழில்

அமைத்துத் தருவதாக பாலா சொன்னாலும் கிழவருக்கு வர விருப்பமில்லை. அவருடைய கண்பார்வையைச் சோதித்துப் பார்த்ததில் அவை குறைந்திருந்த காரணத்தால் அதற்கேற்ற ஒரு கண்ணாடிக்கு அளவுகொடுத்து வாங்கி வைத்திருந்தார் பாலா. கிழவருக்கு அதைக் கொடுக்கவேண்டும். உயரத்தில் ஒட்டப்பட்டிருந்த தன் முன்னாள் கட்சியின் விளித்தொடர் விளம்பரத்தை வயிறு எரியப் பார்த்துக்கொண்டிருந்த சத்யா, அதைப் பற்றி விசாரிக்க அருகில் இருந்த குடிலுக்குள் நுழைகிறார்.

இப்படி ஏழு பேரும் வெவ்வேறு காரணங்களுக்காக ஒரே நாளில் ஒரே இடத்தில் சங்கமித்திருக்கிறார்கள். திருநின்றவூரில் மண்பானைகள் செய்யும் ஒரு குயவன் குடிலில் சந்தித்ததுதான் இவர்களின் முதல் சந்திப்பு. அங்கே நீண்டநேரம் காத்திருக்க வேண்டியிருந்ததால் வேறு வழி இல்லாமல் ஒருவருக்கு ஒருவர் பேச வேண்டியிருந்தது. வழியில்லாமல் இருந்தது அதுவரைதான். எண்ணங்களையும் எண்களையும் பகிர்ந்துகொண்டனர். அதன்பின் facebook–இல் இவர்களுடைய உறவு ஒவ்வொரு நாளும் ஓங்கி வளர்ந்தது. ‘அங்கே சக்கரத்தில் சுழன்று பொங்கியது வெறும் பானைகள் அல்ல’ என்று முடித்திருக்கிறார் ஆனந்தன்.

தருணாவும் லலிதாவும் வந்துவிட்டார்கள். ‘ஒரே ஒரு கிரீன் டீயை உங்களால மட்டும்தான் ஒண்ணே முக்கால் மணிநேரம் குடிக்க முடியும்’ என்று தருணா வழக்கமான ஒரு வசனத்தைப் பேசுவதற்குள் குளிக்கச் செல்கிறேன்.

◊◊◊

17

முதல் முறை சென்றபோது நந்தவனம்போல் இருந்த அந்த சிறுவர் காப்பகம் இரண்டாம் முறை செல்லும்போது நரகமாய்த் தோன்றியது. பால் ஒழுகிய சூழல் இப்போது பேய் படர்ந்து கிடந்தது. மழைத்துளியாக மேல்விழுந்த குழந்தை களின் புன்னகை கதகதவென ஏறிக் கண்களைச் சுட்டது.

நிறைந்தும் நிறையாத நினைவுகளைப் புரட்டினால் ஒரு வருடம் இருக்கும் என்று நினைக்கிறேன். என் பிறந்தநாள் தருணம். குரோம்பேட்டையில் அமைந்திருக்கும் சிறுவர் காப்பகத்தில் அதைக் கொண்டாட வேண்டும் என்பது என் விருப்பம். அமலன் அதற்கு ஏற்பாடு செய்திருந்தார்.

லலிதா, அவள் கணவர், அமலனின் அலுவலகத்தைச் சேர்ந்தவர்களின் குடும்பங்கள் என்று பெருங்கூட்டம். எல்லோரும் ஒரு வட்ட மாகச் சுற்றி நின்றார்கள். அந்த வட்டத்திற்குள் அமலன் என்னை அழைத்துச் சென்றார். அங்கே ஒரு மேஜையில் மேங்கோ கேக் தயார் செய்வதற்கான எல்லா உபகரணங்களும் தயாராக இருந்தன. எனக்கு நன்றாக கேக் செய்யத் தெரியும் என்று அமலனுக்குத் தெரியும்.

‘இதென்ன, போட்டி நடக்கப் போகுதா?’ என்றேன். ‘இல்ல. உன் பேர்த் டே கேக்க நீதான் செய்யணும். நீ செஞ்சு முடிக்கறவரைக்கும் நாங்க பாடிக்கிட்டே இருப்போம்’ என்றாள் லலிதா. என்னதான் அது ரெடிமேட் மிக்ஸாக இருந்தாலும், அவர்கள் நீண்டநேரம் பாடவேண்டியிருந்தது. அவசர அவசரமாகச்செய்ததால் Icing… மட்டும் அங்கும் இங்குமாகச் சிதறிக் கிடந்தது. ‘Done’ என்று சொன்னதும் எல்லோரும் பாடுவதை நிறுத்திவிட்டுக் கைதட்டினார்கள்.

நூறு சிறுவர்களின் பிரதிநிதியாக ஓர் ஐந்து வயதுச் சிறுமியை அழைத்து கேக்கைப் பரிசளித்தோம். ஒருவித அச்சத்தோடு அதை வாங்கிய சிறுமி ஓடிச்சென்று தன் நண்பர்களோடு அதைப் பகிர்ந்துகொண்டாள். சில வினாடிகள் கழித்துத் திரும்பிப் பார்த்தவள் மேங்கோ க்ரீம் உதடுகளால் உரக்கச் சிரித்தாள். அந்தக் குழந்தையை அப்படியே அள்ளி அழைத்துச் செல்ல மனம் ஏங்கியது

‘Sorry to say the chances are so minute - Better go for adoption. Find your happiness that way’ இந்த வாசகங்கள் எங்களைக் கொன்றது போல வேறெதுவும் கொன்றதில்லை. பல மருத்துவர்களைக் கண்டு பல பரிசோதனைகளை மேற்கொண்டு எல்லா மருத்துவமனை களும் சொன்ன இறுதித் தீர்ப்பு இது. என்னையும் அமலனையும் தீயில் இட்ட தீர்ப்பு. என் வாழ்வின் ஒற்றைக் கனவில் ஓங்கி அடித்த ராட்சஸப் பறவையின் சிறகுச் செய்தி இது.

இயல்பாக நடந்துவிடும் என்று நினைத்திருந்த ஒன்று போராடினாலும் நடக்காது என்று மாற்றி எழுதப்படும்போது இதயம் அதை ஏற்க மறுக்கிறது. இரண்டாம் முறையாக குரோம்பேட்டையின் சிறுவர் காப்பகத்துக்குச் செல்கிறோம். இந்த முறை என் பிறந்தநாளைக் கொண்டாட அல்ல – எங்கள் வாழ்க்கைக்குள் ஒரு புதிய பிறந்தநாளைத் தொடுக்க.

உண்மை நிறைந்த உருவங்களாய்த் தெரிந்தவை, எனக்கு உரிமையற்ற பொருட்களாகத் தெரிந்தன. அந்தக் காப்பகத்து குழந்தைகளின் ஸ்பரிச அர்த்தங்கள் மாறிப் போயிருந்தன. முதல்முறை வந்தபோது அள்ள நினைத்த சிறுமியின் முகம்கூட ஈரம் தரவில்லை. இந்த இடைப்பட்ட மருத்துவமனை அனுபவங்கள் என் மனப்பரப்பில் சில பள்ளங்களைச்

செய்துவிட்டன. எப்பொழுது நான் தொலைந்துபோகிறேன் – எப்பொழுது எழுந்துவருகிறேன் – எனக்கே தெரியவில்லை.

'நமக்குப் பிறக்கற குழந்தைதான் நம்ம மடிக்கும் மனசுக்கும் பொருந்துமோ?' அமலனிடம் கேட்டு ஓவென அழுதேன். அடுத்தகட்ட மருத்துவ நடவடிக்கைகளை மேற்கொள்வது என அந்தக் காப்பக வாசலில் முடிவுசெய்தோம்.

எத்தனையோ உயர்நிலை ஆலோசனைகளுக்குப் பின், கர்ப்பப் பைக்குள் விந்தணுக்களை நேரடியாகச் செலுத்துகின்ற Intra Uterine Insemination முறைப்படி கருவை உருவாக்கத் திட்டமிட்டோம்.

இதன்படி முதலில் கணவனின் விந்து சேகரிக்கப்படும். Sperm wash technique மூலம் உயிருள்ள விந்தணுக்கள் (actively motile) உயிரற்ற அணுக்களிலிருந்து வடிகட்டப்படும். ஒரு குறிப்பிட்ட இடைவெளிக்குப்பின் – *0.3* மில்லி விந்தணுக்கள் Polyethylene catheter என்ற மெல்லிய குழாய் மூலம் மனைவியின் கர்ப்பப் பைக்குள் செலுத்தப்படும்.

அமலனிடம் ஓர் ஓசையாக உருவாகி Polyethylene catheter என்ற மருத்துவப் புல்லாங்குழல் வழியாக எனக்குள் இசையாகி இருக்கிறது எங்கள் குழந்தை. ஒவ்வொரு நாளும் என் பெண்மையை இனிக்கச் செய்யும் இசை இது.

◊◊◊

18

இதுவரை நான் தருணா எழுதும் அனுபவங்களை ஆழ்ந்து வாசித்ததில்லை. இரண்டாம் ஜன்னலில் வீசிய ஒரு காற்று நேற்று அவள் எழுதி வைத்ததை இன்று எனக்குப் புரட்டிக் காட்டியது. ஓரிரு வார்த்தைகள் என்னை மெல்ல மெல்ல ஈர்த்து முழுவதையும் படித்துவிட்டேன்.

ஒவ்வொரு நிகழ்வையும் எவ்வளவு தெளிவாய் மனத்துக்குள் படம் எடுத்து வைத்திருக்கிறாள்? அவள் சொல்ல வந்த அனுபவத்தின் கருப்பொருளே என் உடல்குறைதான். ஆனால் அதை வார்த்தைகளுக்கு மத்தியில்கூட அவள் சொல்லவில்லையே. எண்ணத்தில் இல்லாத ஒன்று எழுத்தில் எப்படி வரும்? அவள் சிந்தனையின் ஒவ்வொரு துகளும் என்னை நிறைவான கணவனாகவே காணுகின்றன என்பதை இன்றுதான் புரிந்துகொண்டேன். இந்த வரியை எழுதும்போது என் கண்கள் கலங்குகின்றன.

என்னால் அவளுக்கு எத்தனை துயரங்கள். IUI Treatment பற்றி சாதாரணமாக எழுதிவிட்டாள். ஆனால் கருமுட்டை உருவாகிவர உதவும் Lutenizing Harmone சீராக இயங்க எத்தனை சிகிச்சைகள். தொடர்ச்சியாகப் பதினான்கு நாட்களுக்கு அவள் வயிற்றைக் கிழித்த ஊசிகள்

என் உறக்கத்தைக் கிழித்தன. இந்தச் சிகிச்சைகள் மூலமாக, தான் மற்ற பெண்களிடமிருந்து தனிமைப்பட்டுவிடுவதாக தருணாவுக்குத் தோன்றிய எண்ணங்கள் (artificial insemination blues) கொடுமையானவை. சில அடிப்படை உளவியல் ஆறுதல்கள் அவளை மீண்டுவரச் செய்தன.

நடந்து முடிந்த எதுவுமே என் நினைவில் இல்லை. ஆனால் தருணாவின் காகிதங்களில் அவை வந்துபோகின்றன. இன்று உலகமே அவளுக்கு ஓர் ஓவியப் பானையாகத் தெரிந்தாலும் அவ்வப்போது அந்தப் பானைக்குள்ளிருந்து பழைய தாகங்கள் எட்டிப்பார்க்கின்றன.

இந்த மனநிலையிலிருந்து கொஞ்சம் இளக 'நாளை' நிறுவனத்தின் மாத இதழ் ஒன்றைப் புரட்டிப் பார்த்துக் கொண்டிருந்தேன். 'சங்கமித்த சரித்திரம்' அதில் ஒரு தொடராக எழுதப்படுகிறது. கருணாகரன்தான் அதை எழுதுகிறார். வெவ்வேறு அரசியல் கட்சிகளிலிருந்து வந்த இவர்கள் ஏன் ஒரு புதிய அரசியல் கட்சி தொடங்கவில்லை என்பதற்கான விளக்கமாக அந்தக் கட்டுரை அமைந்திருந்தது.

1995ஆம் ஆண்டு தொடங்கி 2011 வரை தமிழ்நாட்டில் உருவான ஒவ்வொரு அரசியல் கட்சிக்கும் கொள்கை ஆழம், நிதி வளர்ச்சி, உறுப்பினர் எண்ணிக்கை, சின்னம் சமூகமயமாதல், இளைஞர்களின் வரவேற்பு, விவசாயிகளின் பார்வை என்ற கூறுகளின் அடிப்படையில் தனித்தனி Pie charts வரைந்திருக்கிறார்கள்.

ஓர் அரசியல் கட்சி தொடர்ந்து இயங்கிக்கொண்டிருக்கிறது என்பதை அளக்கும் அளவுகோலாக 'Political Party Existence Standards' என்று பத்து விதிகளைப் பட்டியல் இட்டிருந்தார்கள். புதிய கட்சிகளின் Pie charts தகவல்களை இந்த விதிகளோடு ஒப்பிட்டு விளக்கியிருந்தனர். ஒரு விதத்தில் இந்தக் கட்டுரையும் ஒரு sperm wash technique போலத் தோன்றியது. இயங்கும் கட்சிகளை இயங்காத கட்சிகளிலிருந்து வடிகட்டும் முயற்சி.

எந்த ஒரு புதிய கட்சியும் பரவலாகவும் சுதந்திரமாகவும் இயங்கவில்லை என்பதே இந்த ஆராய்ச்சியின் முடிவு. ஏன் என்பதற்கு, ஐந்து பொதுவான காரணங்களை முன்வைக்கிறார்கள்.

கபிலன் வைரமுத்து | 61

ஓர் அரசியல் கட்சி தொடங்குவதற்கான களமும் காலமும் இதுவன்று என்பது அவர்களது கடைசி வரி.

இந்தக் கட்டுரைகளையெல்லாம் படிக்கும்போது – சரியான sadist கும்பலிடம் மாட்டிக்கொண்டோமோ என்று புலம்பத் தோன்றுகிறது.

19

எவ்வளவு முயற்சித்தாலும் ஏனோ என்னால் அவர்களை நேசிக்க முடியவில்லை. எதிர்கொள்ளும் எந்தக் காட்சியும் அந்த இரு முகங்களை நினைவுபடுத்தியதில்லை. அவ்வளவு பெரிய தவறேதும் அவர்கள் செய்யவில்லை. நானும் அவர்களின் பாராட்டுக்கு உரியவள் அல்ல. என்னை நினைக்கும்போது அவர்கள் மனத்தில் தூறல் தூறும் வாய்ப்பில்லை. அவர்களின் திரையில் ஒருநாளும் நான் ஓவியம் ஆனதில்லை.

அந்த முதல் ஓரிரு மாதங்கள் ஒரே வீட்டில் தங்காமல் இருந்திருக்கலாம். அந்த முதல் நாள் செய்த சமையலில் நான் அதிகவனத்தோடு உப்பின் அளவைச் சோதித்திருக்கலாம். குறைந்தபட்சம் அதைச் சுவைத்த அமலன் அருகில் இருந்த இருவரையும் என் சமையலைப் பாராட்டச் சொல்லி வற்புறுத்தாமல் இருந்திருக்கலாம்.

வீட்டுக்கு வந்த அந்த வயதான விருந்தாளியிடம் நான் அளவாகப் பேசியிருக்கலாம். நான் தண்ணீர் குடிக்கச் சென்ற இடைவெளியில் அந்த விருந்தாளி ‘இந்தக் காலத்துல எல்லாம் இப்படித்தான் இருக்காங்க’ என்று வீட்டில் இருந்த மற்றவர்களிடம் பெருமூச்சு விடாமல் இருந்திருக்கலாம்.

படம் முடித்துவிட்டு தாமதமானபோதே செல்பேசியில் அழைத்து அதைச் சொல்லியிருக்கலாம். அடடா, தாமதமாக வீட்டுக்கு வந்திருக்கிறோமே என்ற குற்ற உணர்ச்சியோடு அவசரத்தில் நான் கழற்றிப் போட்ட செருப்பு அவர்களுடைய செருப்புகள்மீது மோதாமல் இருந்திருக்கலாம்.

நடைப்பயிற்சி சென்று திரும்பியதும் வாசலில் நான் அடித்த அழைப்புமணி அரைமணி நேரத்துக்குள் அவர்கள் காதில் விழுந்திருக்கலாம்.

'கடைக்குப் போகும்போது இந்தப் பொருளையெல்லாம் ஞாபகப்படுத்து' என்று எனக்குக் கொடுக்கப்பட்ட பொறுப்பை நான் அளவுக்கு அதிகமாக செய்து பொருளுக்கு பதிலாக அவர்களின் ஞாபக மறதியை ஞாபகப்படுத்தாமல் இருந்திருக்கலாம்.

திருமண ஆல்பத்தைப் புரட்டியபோது அவர்கள் கையில் வைத்திருந்த தேநீர் அதில் சிந்தாமல் இருந்திருக்கலாம். முதல் பக்கத்தில் விழுந்த அந்த தேநீர்த் துளிகளைத் துடைத்துவிட்டு அடுத்த பக்கத்தைப் புரட்டியிருக்கலாம்.

அமலன் நிறைந்த என் ஓவியங்களைத் தவிர மற்ற சில ஓவியங்களை அவர்கள் செய்தித்தாள்களோடு சேர்த்து எடைக்குப் போடாமல் இருந்திருக்கலாம்.

'இந்த நேரத்துல நீங்க ஊருக்கு வந்தா ஏதாவது விசேஷம் உண்டானு அக்கம்பக்கத்துல கேப்பாங்க. என்ன பதில் சொல்ல முடியும்? கௌரவமுன்னு இருக்குல்ல. ஏதாவது உண்டானா ஊர்ப் பக்கம் வாங்க. இல்லன வேணாம்.' அவர்கள் அமலனுக்கு எழுதிய அந்தக் கடிதம் என் கண் படாமல் இருந்திருக்கலாம்.

Intra Uterine Insemination பற்றி நான் செல்போனில் விளக்கியபோது 'ஆபரேசன் பண்ணிப் பொறக்கற அந்தக் குழந்தை நம்ம வம்சவழி வந்த குழந்தையா இருக்கணும்னு குல தெய்வத்த வேண்டிக்கறோம்' என்று வாழ்த்தி என் பெண்மையில் குப்பை கொட்டாமல் இருந்திருக்கலாம்.

இதில் ஒன்றுகூட நடக்க வாய்ப்பில்லாதபோது அந்த இருவரும் அமலனின் தாய் தந்தையாக இல்லாமல் இருந்திருக்கலாம்.

◊◊◊

20

'அப்பா... எத்தன தடவ ஒதைச்சாலும் அம்மா சிரிச்சுக்கிட்டே இருக்காங்க நீங்களும் அப்படி இருப்பீங்களா?' அதிகாலை அலுவலகத்தில் ஒரு சூடான சந்திப்பில் இருந்தபோது செல்பேசியில் என் குழந்தை kickbee tweet அனுப்பியிருந்தது. என்னிடம் திட்டு வாங்கியும் ஒரு புன்முறுவலோடு அருகில் அமர்ந்திருந்த டிசைனரைப் பார்த்து சிரிப்பு வந்துவிட்டது. அதிகம் சிரித்துவிட்டால் வேலை நடக்காது என்ற துருப்பிடித்த மேலாண்மைக் கோட்பாட்டைக் கடைப்பிடித்து கடுகடு முகத்தோடு வெளியேறினேன்.

'இன்னும் என்னென்ன tweets map பண்ணி வச்சிருக்க நீ?' மாலை தேநீர் நேரத்தில் தருணாவிடம் விசாரித்துக் கொண்டிருந்தபோது ஆனந்தனிடமிருந்து அழைப்பு வந்தது. எனக்கு ஒரு பழைய கடிதத்தை மின்னஞ்சல் அனுப்பியிருப்பதாகவும், ஒரு திருவிழாத் தேர் செய்து அதில் இந்தக் கடிதத்தின் எழுத்துகளைப் பொறித்து கண்காட்சி நடக்கும் நாட்களில் தீவுத்திடலின் மையப்பகுதியில் காட்சிப்படுத்த வேண்டும் என்றும் கேட்டுக்கொண்டார். 'ஒண்ணு ஒண்ணா சொல்லாதீங்க சார் – மொத்தமாச் சொல்லுங்க எல்லாத்துக்கும் – முன்கூட்டியே

திட்டம் போட வேணாமா?' என்று முதல்முறையாக நான் சினங்கொண்டு பதில் சொன்னேன்.

'க்ளெயிண்ட்கிட்ட இப்படித்தான் பேசுவீங்களா?' தேநீர் ஆறிவிட்டது. தருணா கொதித்தாள். 'இவங்க எப்பவுமே இப்படித்தான் தருணா' என்று என்னை மூன்று வரிகள்கூடப் புலம்பவிடவில்லை. 'அவங்களோட தேவைகள் மாறிக்கிட்டே இருக்கும். அதுக்கு ஈடுகொடுக்கறதுதான் நம்ம வேல. அப்புறம் எதுக்கு ECR-ல ஆஃபீஸ் போட்டிருக்கீங்க?' எழுந்து சென்றுவிட்டாள். என் மின்னஞ்சலைத் திறந்து பார்த்தேன். Facebook தகவல்களுக்கு மத்தியில் ஆனந்தனின் மின்னஞ்சல் புதைந்துகிடந்தது. அந்தக் கடிதத்தை என் கணினியில் தரவிறக்கம் செய்தேன்.

பாதியில் விளையாட்டை நிறுத்திவிட்டு ஹோம்வொர்க் செய்யத் தொடங்கிய சிறுவனைப் போலத்தான் அந்தக் கடிதத்தைப் படிக்கத் தொடங்கினேன். சில மாதங்களுக்கு முன் 'நாளை' அமைப்பு தமிழ்நாட்டின் இருபது முக்கிய அரசியல் தலைவர்களுக்கு அனுப்பிய ஒரு கடிதம்.

மதிப்பிற்குரிய ------- அவர்கள்
தலைவர்
XYZ கட்சி
தமிழ்நாடு

அன்பு கலந்த வணக்கங்கள்,

பொருள்: ஒருங்கிணைந்த அரசியல்

SUB : Intergrated Political Schema

இதுவரை தாங்கள் தமிழர்களுக்கும் தமிழர்கள் வழி தேசியத்துக்கும் ஆற்றிய பணிகளுக்காக நன்றி தெரிவித்துக் கொள்கிறோம். சமூகத்தில் சில அடையாளங்களைத் தேர்வு செய்து அவற்றுக்காகப் போராடுவதைத் தங்கள் கொள்கைகளாக வடிவமைத்து இயங்கிவருவதைப் பெரிதும் மதிக்கிறோம். தங்கள் செயல்பாடுகளுக்காகத் தொண்டர்களைத் தொடர்ந்து தக்கவைத்துக்கொள்ளும் முறைகளும் இளைய தலைமுறைக்கு நல்லதொரு பாடம்.

இளைஞர்கள் அரசியலுக்கு வரவேண்டும் என்ற பழைய அழைப்பு அர்த்தமற்றுப் போனது. இன்று உங்கள் கட்சியிலும் சரி,

தமிழகத்தின் பல்வேறு கட்சிகளிலும் சரி, எத்தனையோ இளைஞர்கள் உறுப்பினர்களாக இருக்கிறார்கள். ஆனால் இளைஞர்களின் எண்ணங்களுக்கு எந்தக் கட்சியிலும் வலிமையான பிரதிநிதித்துவம் இல்லை என்பதுதான் முதலில் புரிந்துகொள்ளப்படவேண்டும்.

ஒரு புதிய முயற்சியை இங்கே முன்வைக்கிறோம். தமிழ்நாட்டின் அனைத்து அரசியல் கட்சிகளிலிருந்தும் உட்கட்சித் தேர்தல் மூலம் பிரதிநிதிகளைத் தேர்ந்தெடுப்போம். தேர்ந்தெடுத்த அரசியல் பிரதிநிதிகளையும் எங்கள் நிறுவனம் நடத்தும் ஒரு நேர்முகத் தேர்வின் அடிப்படையில் தேர்ந்தெடுக்கப்படும் சமூக ஆர்வலர்களையும் கொண்டு புதிய கட்சி ஒன்றை உருவாக்குவோம். கோடி கோடியாகப் பணம் செலவழித்து தேர்தல் நடத்தாமல் அனைத்துக் கட்சிகளின் ஒப்புதலோடு அந்தப் புதிய கட்சியை ஆட்சியில் அமர்த்துவோம்.

ஏற்கெனவே நடைமுறையில் இருக்கும் திட்டங்கள் எதிர்க் கட்சிகளின் தேர்தல் அறிக்கைகளிலிருந்து தேர்ந்தெடுத்த சில திட்டங்கள் புதிய அரசியல் கட்சியின் திட்டங்கள் - என்று எல்லாத் திட்டங்களையும் ஒருங்கிணைத்து செயல்படுத்துவோம். முரண்பாடு வரும்போது குறிப்பிட்ட திட்டத்துக்கு மட்டும் மக்கள் மத்தியில் கருத்துக் கணிப்புகள் நடத்துவோம். இந்தப் பட்டியலில் இலவசங்கள் இடம்பெறாது என்பதைத் தெரிவித்துக் கொள்கிறோம்.

இதை 'ஒருங்கிணைந்த அரசியல்' என்று அழைக்க விரும்புகிறோம். முதல் இரண்டு மாத கால 'பயிற்சி ஆட்சிக்கு' பின் குறைந்தபட்சம் பத்து ஆண்டுகளுக்கு இந்த ஒருங்கிணைப்பு செயல்பட்டால் கனவுகள் பல கரைசேரும். தாங்கள் ஒப்புதல் தந்தால் இதுதொடர்பாக நேரில் சந்தித்து, விவரங்கள் தந்து, தங்கள் பயன்மிகு யோசனைகளைக் கேட்க விரும்புகிறோம்.

உங்களுக்கு இருக்கும் அனுபவம் எங்களுக்கு இல்லை. ஆனால் இந்தக் கடிதம் தமிழ்நாட்டின் தலையாயக் கட்சிகளில் அடிப்படைத் தொண்டர்களாக இருந்தவர்களின் ஒருங்கிணைந்த குரல். இதற்குத் தாங்கள் செவிசாய்க்கவேண்டும் என்று அன்புடன் கேட்டுக்கொள்கிறோம்.

மாற்றத்தை விரும்பும்

'நாளை'

இந்தக் கடிதத்தை மூடிவிட்டு மீண்டும் மின்னஞ்சலுக்கு சென்றேன். புதிய அஞ்சல் ஒன்று மூச்சு வாங்கிக்கொண்டிருந்தது. அனுப்பியவர் கருணாகரன். இவர்கள் அனுப்பிய கடிதத்துக்கு

வந்த பதில்களின் தொகுப்பு. 'நல்ல கதை – தயாரிப்பாளர்களிடம் சிபாரிசு செய்கிறேன்' என்று ஒரு தலைவர் எழுதியிருந்தார். பெரும்பாலான பதில்கள் அப்படித்தான் இருந்தன. ஒன்றிரண்டு கடிதங்களைத் தவிர எவற்றிலும் மரியாதையான சொற்கள் இல்லை.

ஒரு தொண்டுநிறுவனமாக (NGO) மட்டுமே இருந்த 'நாளை'க்கு தனி ராணுவ (NGM) சிந்தனைகள் தோன்றியதற்கு இந்தப் பதில் கடிதங்களும் ஒரு காரணமாக இருந்திருக்கும்.

'ஹோம்வொர்க் செஞ்சது போதும் – லைட் ஆஃப் பண்ணிட்டுத் தூங்குங்க...' தருணா பொறுமை இழக்கும்வரை நான் எழுதிக்கொண்டிருக்கிறேன். இரண்டு கேள்விகளோடு உறங்கப்போகிறேன். யார் யார் தேரில் ஏறிச்செல்வது?

யார்மீது தேர் ஏறப்போகிறது?

◊◊◊

21

பதினைந்து வயதுவரை எனக்குச் சமைக்கத் தெரியாது. பள்ளித் தோழிகளோடு கேம்பிங் போனபோதுதான் முதல்முறையாக ஆம்லெட் செய்வது பற்றிச் சொல்லிக்கொடுத்தார்கள். ஒரு பழைய கண்ணாடிக் கோப்பையில் முட்டையை உடைத்து ஊற்றி அதில் மிளகுப் பொடியும் உப்பும் தூவி, எலுமிச்சை சாறு கொஞ்சம் பிழிந்து கறிவேப்பிலையோடு பச்சைப் பட்டாணியும் கலந்து தனியாக வதக்கிய வெங்காயம் சேர்த்து ஒரு சின்னக்கரண்டி கொண்டு கலக்கி, கொதித்துக் கொண்டிருந்த கடாயில் ஊற்றிய அந்தத் தருணத்தில்தான் என் சமையல் உலகம் விரிந்தது.

அந்த கேம்பிங் இரவில் நாற்பது மாணவிகளுக்கும் ஆம்லெட் சுட்டுக் கொடுத்தபோது பூரிப்படைந்தேன்.

சமையல் பற்றிய குறிப்புகளை இணையத்தில் தேடுவேன். ஹோட்டலுக்குச் சென்றால் ‘குக்’கைச் சந்தித்து சில விளக்கங்களைக் கேட்பேன். அடுத்த வீட்டில் வாசனை பொங்கிவந்தால் கதவைத் தட்டிச் சுவைப் பார்ப்பேன். நண்பர்கள் வீட்டு விருந்துக்குச் சென்றால் யாருமே கண்டு கொள்ளாத ஒரு சைட் டிஷ்ஷை ஆராய்ந்து அலசி அளவுக்கு அதிகமாகப் பாராட்டுவேன்.

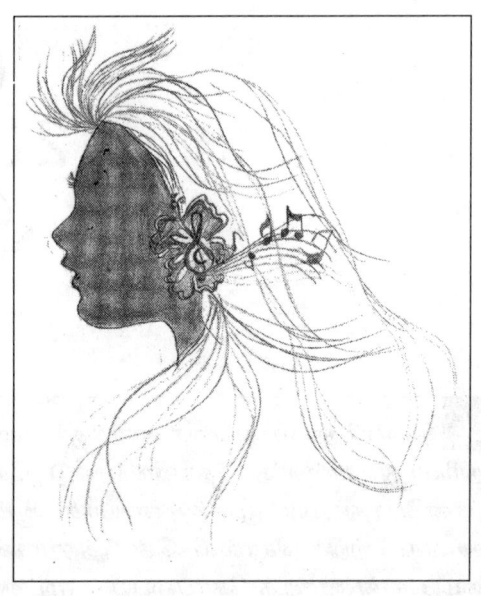

'போன ஜென்மத்துல நீ ஒரு கரண்டியாப் பொறந்திருக் கணும்' என்று அமலன் சொல்வதையெல்லாம் கண்டுகொள்வதில்லை. பரபரப்பான முயல்குட்டி களைப்போல என்னோடு வளர்ந்துவிட்டன இந்தப் பழக்கங்கள்.

தவிப்பும் தேடலும் இல்லையென்றால் இன்று அவருக்காக மோர்க் குழம்பு செய்திருக்கமுடியுமா? எதிர்வீட்டு மலையாள அக்காளோடு நேற்று கடைக்குச் சென்றபோது மோர்க் குழம்பு பற்றிய நுணுக்கங்களைத் தெரிந்து கொண்டேன்.

கடையில் நடந்த எங்கள் கலந்துரையாடலில் சுற்றியிருந்தவர் களின் பங்களிப்பு மிகவும் ஆச்சரியம் அளித்தது. 'கொஞ்சம் சீரகம் – தேங்காத் துருவல் – கொஞ்சம் கறிவேப்பில – கொஞ்சம் மோர்' என்று அக்கா தொடங்கியபோது அருகில் பேஸ்ட் வாங்கிக்கொண்டிருந்த பாட்டி மெல்லிய புன்னகையோடு 'மோர்க் குழம்பா? கூடக் கொஞ்சம் பச்ச மிளகா சேத்துக்கலாம்' என்று சொல்லிவிட்டுச் சென்றார்.

'எல்லாத்தையும் சேத்து மிக்சில போட்டு நல்லா அரைச்சுடு – இதுதான் மோர்க் குழம்போட பேஸ் கறி – அப்புறம்...' அக்கா தொடர்வதற்குள் காய்கறி வாங்கிக்கொண்டிருந்த

பெரியவர் 'அன்னாசிப் பழம் சேத்துப் பண்ணா ரொம்ப நன்னா இருக்கும்' என்று தன் கருத்தை வலியுறுத்தினார். கொஞ்ச தூரம் நடந்தபிறகு 'பைன் ஆப்பிளோட கத்திரிக்காதான் நல்ல காம்பினேஷன்' என்றார்.

'கடுகு சீரகம் போட்டு வெங்காயத்த வதக்கி அதுல கமகமனு கத்திரிக்கா வறுக்கணும். பாதி வறுத்தபிறகு ஏற்கெனவே தயாரிச்சு வச்சிருக்கிற மோர்க் குழம்பு பேஸ் கறியை எடுத்து கத்திரிக்கா கடாயில் ஊத்தணும்.' கடையில் பில் கவுண்டர் பெண், 'தீயை அளவா வைக்கணும் – இல்லனா திரிஞ்சிரும்' என்று நிறைவு செய்தாள்.

இத்தனை பேர் பேசிவிட்டார்கள். நானும் ஏதாவது யோசிக்கவேண்டுமே என்று சிந்தித்ததன் விளைவுதான் இன்று என் டைனிங் டேபிளில் கொதித்துக்கொண்டிருக்கும் மட்டன் மோர்க் குழம்பு. பைன் ஆப்பிளும் வேண்டாம் கத்திரிக்காயும் வேண்டாம். மட்டன் துண்டுகளை மிளகுத்தண்ணீரில் ஊறவைத்து, மாம்பழச்சாறும் மிளகாயும் தடவி தனியாக வறுத்து பின் மோர்க்குழம்போடு சேர்த்துக் கொதிக்கவைத்தேன். சிவப்பு மிளகாய், கறிவேப்பிலை கொண்டு அழகுபடுத்தினேன்.

அமலனும் ஒருகாலத்தில் விதவிதமாகச் சமைத்திருக்கிறார். நான் என்ன சமைத்தாலும் அவர் ஏற்றுக்கொள்வதுபோல அவர் என்ன சமைத்தாலும் நான் ஏற்றுக்கொள்ளவில்லை. நிறுத்திக் கொண்டார். என் பரிசோதனைகள் தொடர்கின்றன.

22

ஒவ்வொருமுறை மருத்துவமனையிலிருந்து திரும்பும்போதும் என் பொறுப்புணர்ச்சி கூடிவிடுகிறது. தருணாவுக்கு தைரியத்தையும் எனக்கு பயத்தையும் தவறாமல் கொடுத்தனுப்பு கிறார் மருத்துவர். தருணாவை வீட்டில் விட்டுவிட்டு போரூரில் இருக்கும் 'நாளை' நிறுவன அலுவலகத்துக்கு முதன்முறையாகச் சென்றிருந்தேன்.

அலுவலகத்தின் நடுக்கூடத்தில் ஒரு மிகப்பெரிய காட்சித்திரை அமைக்கப்பட்டிருந்தது. அதில் தமிழ்நாட்டை தனி ராணுவம் ஆட்சி செய்யும் காட்சிகள் அனிமேஷன் படங்களாக ஓடிக்கொண்டிருந்தன. இந்தக் கூட்டத்தின் கற்பனைகளுக்கு அளவே இல்லை என்று நினைத்துக்கொண்டேன்.

கருணாகரனும் தவுலத்தும் சிரித்துக் கொண்டே வந்தார்கள். 'ஜிகர்தந்தா சாப்பிடறீங் களா அமலன்?' அன்போடு விசாரித்தார் தவுலத். என் சம்மதத்தைப் பற்றிக் கவலைப்படாத ஒரு பணியாள் வட்டத்தட்டில் ஒரு கோப்பையோடு வந்துவிட்டான். 'இது நாங்களே தயாரிப்பது' என்று கருணாகரன் உற்சாகமாய் உட்கார்ந்தார்.

'ஒரு சின்ன வேலையா ஊர் சுத்தப் போறோம் – if you don't mind, can you join us? இங்க பேச வேண்டியதை வழீல பேசிக்கிட்டே போகலாம்.'

தன் கையில் வைத்திருந்த ஏதோ ஒரு பட்டியலை அலசிக்கொண்டே பேசினார் தவுலத். எனக்கும் இன்று அவசரத் திட்டங்கள் எதுவுமில்லை. ஒப்புக்கொண்டேன்.

'எனக்கு மீன் வேணும்' என்று தருணா அடம் பிடித்துவிட்டு அறைக்குள் சென்றிருக்கிறாள். 'மீனில் மெர்குரி அதிகம் – பாப்பாக்கு ஆகாது என்று உரக்கச்சொல்லியபோது உள்ளே டி.வி வால்யூம் வரைமுறை இல்லாமல் கூடியிருக்கிறது. ஆனால் தவுலத்துடனும் கருணாகரனுடனும் நான் மேற்கொண்ட இன்றைய பயணம் அதைவிட அதிகமாகச் சத்தமிட்டுக்கொண்டிருக்கிறது.

காலையில் தருணாவை நான் ஒரே ஒரு மருத்துவமனைக்குத் தான் அழைத்துச்சென்றிருந்தேன். ஆனால் இவர்கள் இருவரும்

கிட்டத்தட்ட பத்து பதினைந்து மருத்துவமனைகளுக்கு என்னை அழைத்துச் சென்றார்கள். இரண்டு கார். ஒரு காரில் நாங்கள். இன்னொரு காரில் பூச்செண்டுகள். குறைந்தது 300 நோயாளிகளைப் பார்த்து ஆறுதல் சொல்லியிருப்போம்.

Direct Health Reporting System மூலமாக மருத்துவமனைகளில் உள்ள நோயாளிகளின் நிலை சென்னை மாநகராட்சிக்கு அனுப்பப்படுகிறது. தகவல் அறியும் உரிமைச் சட்டம் மூலமாக மாநகராட்சியிலிருந்து அந்தத் தகவலை 'நாளை' நிறுவனம் பெற்றிருக்கிறார்கள். எதற்காக இந்தத் தகவல் சேகரிப்பு? இந்த மருத்துவமனைப் படலத்தின் பயன் என்ன? எதுவுமே எனக்கு இந்த நிமிடம்வரை புரியவில்லை.

ஒவ்வொரு மருத்துவமனையிலும் எங்களைச் சில இளைஞர்கள் வாசலில் நின்று வரவேற்றார்கள். 'இதெல்லாம் எதுக்குன்னு இவ்வளவு நேரம் என்கிட்ட நீங்க சொல்லாததை நான் அவமரியாதயா நினைக்கிறேன்' கருணாகரனிடம் கடுமை யாகப் பேசிவிட்டேன். 'ஜிகர்தந்தா சாப்பிட்ட பின்னாலும் ஹாட்டாவே இருக்கீங்களே' என்று அவர் சொன்ன பதில் மேலும் சினங்கொள்ளச் செய்தது. நான் என்ன, வேலை இல்லாத ஆளா என்ற கொதிப்போடு ஒரு சில மருத்துவமனைகளுக்கு உள்ளே நான் செல்லவில்லை. காரில் உட்கார்ந்துகொண்டு என் லேப்-டாப்பில் facebook பக்கங்களைப் புரட்டிக்கொண்டிருந்தேன்.

அப்பல்லோ மருத்துவமனை வாசலில் வழக்கம்போல பார்க்கிங் கிடைக்கவில்லை. உள்ளே சென்றவர்கள் வெளியே வரும்வரை கார் சுற்றிக்கொண்டே இருந்தது. இசபெல் மருத்துவமனைக்கு நானும் உடன் சென்றேன். இவர்கள் சந்தித்த பெரும்பாலான நோயாளிகளுக்குச் செயற்கை சுவாசம் பொருத்தப் பட்டிருந்தது. பலத்த காயங்களோடு காணப்பட்டனர். ஒவ்வொரு படுக்கையைச் சுற்றியும் கண்ணீர் முகங்கள் நிறைந்திருந்தன.

அந்தச் சுற்றத்தின் முகவரிகளை கருணாகரனின் உதவியாளன் குறித்துக்கொண்டே வந்தான். தவுலத்தும் கருணாகரனும் பூச்செண்டு கொடுத்து ஒரே மாதிரியான ஆறுதலை மருத்துவமனையெல்லாம் மறுஒலிபரப்பு செய்து கொண்டிருந்தனர். கன்னித்தீவு படித்துக்கொண்டு இருப்பவனை

திடீரென கம்ப்யூடேஷன் தியரி படிக்கச்சொன்னால் எப்படித் தலை சுற்றுமோ அப்படிச் சுற்றியது எனக்கு. அதீதமான குழப்பம் என்னை ஆழமாய் மௌனமாக்கியது.

ராமச்சந்திரா மருத்துவமனையிலிருந்து புறப்படும்போது 'மன்னிக்கணும் அமலன். உங்களை ரொம்ப அலைய வச்சுட்டோம். இன்னிக்கு நாம சந்திச்ச நோயாளிகள் இன்னும் இரண்டு நாளைக்கு மேல உயிரோட இருக்க மாட்டாங்க. யாருக்கு நாம நன்றிக்கடன் படப்போறோம்னு இன்னிக்கு இரவு தெரியவரும். நாளைக்கு உங்களுக்கு ஒரு கடிதம் அனுப்பறோம். அதைப் படிக்கும்போது உங்களுக்கே எல்லாம் புரியும்.' தோளில் தட்டிக்கொடுத்தார் தவுலத். பொறுமை இழந்த நான் கையைத் தட்டிவிட்டேன்.

நான் இப்படி நடந்துகொண்டது அடுத்த அறையில் டி.வி பார்த்துக்கொண்டிருக்கும் தருணாவுக்குத் தெரிந்தால் அலைஅலையாய் அறிவுரைகளைத் தொடங்குவாள். அவள் வருவதற்குள் முற்றுப்புள்ளி வைத்து மூடிவிடுகிறேன்.

23

நான் கண்ட கனவுகளிலேயே நீளமான கனவு. காற்றடிக்கும்போதெல்லாம் நடை மேடையில் பூக்களை உதிர்க்கும் சாலை மரங் களைப்போல கடந்த நான்கைந்து நாட்களாக கண்மூடும்பொழுதெல்லாம் அந்தக் கனவின் நிறங்கள் எனக்குள் பரவி நிறைகின்றன. வெவ்வேறு திசையிலிருந்து பறந்துகொண்டிருக்கும் பறவைகளை ஒரு நீர்ப்பரப்பு ஒன்றுசேர்ப்பதுபோல என்னென்னவோ எண்ணங்களை என் கனவுலகம் ஒன்று சேர்க்கிறது. தனித்தனியாகச் சிதறிக்கிடந்த பிம்பங்களைப் பின்னி இன்றுதான் ஓர் உருவம் தர முயன்றிருக்கிறேன். காலை அமலன் புறப்படுமுன் கடந்த வாரங்களில் அவர் கண்ட கனவுகள் பற்றியும் பேட்டி எடுத்தேன். இந்தக் காட்சித் தொகுப்புகளை ஓவியங்களாகப் பதிவு செய்ய விரும்புகிறேன். அது கொஞ்சம் சிரமம்தான். ஏனெனில்...

ஒரு நதி நிமிர்ந்து உயரமாக வளர்கிறது. தனக்கு மேல் நிற்கும் மேகங்களை உரசிவிட்டு விழுந்து விடுகிறது. இப்பொழுது அந்த மேகங்களில் மீன்கள் ஓடுகின்றன. ஒரு தேவதை பறந்துவந்து மேகங்களில் தானியங்களைத் தூவுகிறாள்.

பூமியைப் பிளக்கிறது ஒரு முயல் கூட்டம். பிளந்த பூமிக்குள் பாய்ந்து பள்ளங்களைக்

கடந்து ஒரு ராட்சஸப் பூவை அவை மீட்டெடுத்து மீண்டும் சமதளத்துக்கு வருகின்றன. மழை பெய்கிறது. ஒவ்வொரு துளியும் ஒரு போர் ஆயுதமாக மாறுகிறது. ஒரு துளி வாளாய், ஒரு துளி கேடயமாய்,ஒன்று மிஸ்ஸைல் வெடிகுண்டாய், மற்றொன்று துப்பாக்கியாய் விழுகிறது. முயல் குட்டிகள் ராட்சஸ மலரில் ஒளிந்துகொள்ள முயற்சி செய்து இதழ்களில் வழுக்கி உருண்டு விழுகின்றன.

மிகப்பெரிய வெள்ளைத் திரை அதிவேகமாய் அவிழ்கிறது. அதற்குள்ளிருந்து பச்சை நட்சத்திரங்கள் சிதறி விழுகின்றன. விழுந்த நட்சத்திரங்கள் மின்னி அந்த வெளிச்சத்தின் நுனியில் குழந்தைகள் தோன்றுகின்றன. ஒவ்வொரு குழந்தையும் தான் தோன்றிய பச்சை நட்சத்திர வெளிச்சத்திலிருந்து தங்களை விடுவித்துக்கொள்ளப் படாத பாடு படுகிறது. சில மரங்கள் தம் தடித்த கிளைகளால் கரும்பாறைகளைப் பிழிந்து அவற்றின்

திரவத்தை வெளிச்சத்தில் ஊற்றி அணைத்து குழந்தைகளை விடுவிக்கின்றன.

அதில் ஒரு குழந்தை என் கையில் ஏறிக்கொள்கிறது. என் இதழ்ப் புன்னகை இருபக்கமும் சிறகுகளாக விரிகிறது. கையில் தவழும் குழந்தையோடு நான் பறக்கிறேன். என் பாதையில் பல வண்ணங்கள் பொழிந்து அதிலிருந்து அமலன் வடிவம் பெறுகிறார். மெல்ல மெல்ல அவர் ஒரே நிறமாகிறார். ஒரு மலை உச்சியில் லலிதாவைச் சந்திக்கிறோம். மலையில் என் சிறகுகள் அடங்கும்போது அவை தேனில் நனைந்துவிடுகின்றன. சிலிர்த்துக்கொள்ளும்போது சிந்திய துளிகள் சின்னச் சின்ன கிரகங்களாய் வளர்ந்து விண்வெளியை நிரப்புகின்றன.

தொட்டால் ஒரு பழைய காட்சியாக வளர்ந்து அணையும் தீ சதுரமான மெழுகுவத்திகளில் வரிசையாக எரிந்து கொண்டிருக்கிறது. அமலனின் விரல் ஒரு தீயைத் தழுவுகிறது. அது காட்டும் முகங்கள் எங்களுக்கு அடையாளம் தெரிவதில்லை. நான் தொடும்போது வெறும் பாதச்சுவடுகள் வருகின்றன. யாருடையவை என்று நான் யோசிப்பதற்குள் என் உள்ளங்கையில் இருக்கும் குழந்தை தவறி விழுகிறது. நான் மயங்கிவிடுகிறேன். தரையில் விழவில்லை.

வானத்தில் அமலனின் கைக் கெடிகாரம் தோன்றுகிறது. இரண்டு முட்களும் பூக்களால் சூழப்பட்டிருக்கின்றன. நொடி முள் கெடிகாரத்தை வயலினாக்கி வாசித்துக்கொண்டிருக்கிறது. எதற்காகவோ அது வாசிக்கப்படுகிறது. குழந்தையின் சத்தம் எங்கோ கேட்கிறது. அது ஏதோ ஒரு பாடலைப் பாடிக்கொண்டு என்னிடம் ஓடிவருகிறது. அதன் கையில் ஒரு கவிதையை வைத்திருக்கிறது. அமலன் அதை விளக்குகிறார்.

இந்தக் கனவுகளைத் தனித்தனியாகக் கண்டபோதுகூட சில அர்த்தங்கள் தெரிந்தன. மொத்தமாக எழுதிப் பார்க்கும்போது எனக்கே அந்நியமாக இருக்கிறது. எழுத்துகளை மாற்றிப் போட்டால் வெவ்வேறு அர்த்தங்கள் கிடைப்பதுபோல இந்தக் கனவுகளை வெவ்வேறு விதமாக வரிசைப்படுத்தினால் இவற்றை ஒரே தாளில் ஓவியப்படுத்துவது சாத்தியம் என நம்புகிறேன்.

◆◆◆

24

கிரிக்கெட் பார்ப்பதோடு சரி. பள்ளி வயதில் என் நண்பர்களோடு ஒரே ஒருமுறை விளையாடி இருக்கிறேன். அன்று வீசப்பட்ட பந்து என் தலையில் விழுந்து நெற்றி வீங்கியதால் அதற்குப்பின் ஆடுவதைத் தவிர்த்துவிட்டேன். ஆனால் பக்கத்து வீட்டு அக்ஷய் அழைக்கும்போது மட்டும் இல்லை என்று சொல்ல மனம்வரவில்லை.

எட்டு வயதுதான் இருக்கும், அவனுக்கும் அவன் அணியின் சக வீரர்களுக்கும். காலிங்பெல் அழுத்தி நான் வீட்டில் இருக்கிறேனா என்று தருணாவிடம் விசாரணை நடத்திவிட்டு அவள் பொறுமை இழக்கும்போது வெளியேறுவான். இன்று நானே கதவு திறந்தேன். 'அங்கிள்... கிரிக்கெட்...' ஆசையாய் அழைத்தான்.

என்னைப் போலவே தொப்பை உடைய சிறுவர்களெல்லாம் ஓர் அணி. என்ன நியாயம் என்று தெரியவில்லை. உருண்டோடும் பந்தை எங்கள் அணியைச் சேர்ந்த ஒருவன் சாலையை கடந்து குனிந்து எடுத்து வீசும் அளவுக்கு போட் கிளப் சாலையில் வாகனப் போக்குவரத்து குறைவுதான். முதல் பந்திலேயே நான் க்ளீன் போல்ட். ஆனால் இவர்களுக்கு என்ன பாசமோ தெரியவில்லை, நான் எப்பொழுது

அவுட் ஆனாலும் அது 'நோ பால்' தான். ராசிதான் என்று நினைத்துக்கொண்டேன். எதிர் அணியின் இரண்டு பொடியர்கள் 'சே... இவர அவுட் ஆக்கவே முடியலயே' என்று அடிக்கடி வருத்தப்பட்டது பெருமையாக இருந்தது.

ஆட்டம் முடிந்து வீடு திரும்பும்போதுதான் 'அய்யோ அங்கிள், நீங்கதான் ரன் எடுக்காம பேட் பண்றீங்க – அதனாலதான் நீங்க அவுட் ஆனா அவங்க ஒத்துக்க மாட்றாங்க' என்று அக்ஷய் அந்தப் பொடியர்களின் சூத்திரத்தை விளக்கினான். 'இனிமே என்னைக் கூப்பிடாத – இதான் லாஸ்ட்' என்று ராஜினாமா செய்துவிட்டேன்.

தருணாவின் கண்களில் ஏளனமும் கையில் ஒரு கடிதமும். கருணாகரன் எனக்குக் கொடுத்தனுப்பிய கடிதம். 'காதல் கடிதமா?' என்று தருணா ஆர்வமானாள். அவளையே பிரிக்கச் சொன்னேன். 'உங்க காதல் ரகசியம் எனக்கெதுக்கு?' என்று என்னிடம் கொடுத்துவிட்டு ஓவியம் வரைய ஓடிவிட்டாள்.

'நாட்பட நாட்பட நாற்றமு சேறும்
பாசியும் புதைந்து பயன்நீர் இலதாய்
நோய்க் களமாகி அழிகெனும் நோக்கமோ?'

நண்பர்களே வணக்கம்,

உங்கள் போக்குவரத்து நெரிசலுக்கு இடையே சில மின்மினிப் பூச்சிகளாய்த் தோன்றி தொல்லை கொடுப்பதற்கு மன்னிக்கவும். நாங்கள் திரட்டும் இந்தப் பாமர வெளிச்சம் நம் சாலைகளில் மின்விளக்குகளுக்கு பதிலாகச் சில கேள்விகளை நிறுத்திவைக்கும் முயற்சி. நாங்கள் நால்வரும் தனிப்பட்ட முறையில் இந்தச் சமூக அமைப்பால் பாதிக்கப்பட்டிருக்கிறோம். ஆனால் இது சொந்தக் கதைகளுக்கான விளம்பரம் அல்ல.

தமிழ்நாட்டில் ஓர் அரசியல் மாற்றம் ஏற்படவேண்டும் என்ற ஏக்கம். அரசியல் கட்சிகளுக்கு இடையே நிலவும் பன்முக வன்மங்களை ஒழித்து ஓர் இன்முக நாகரிகம் காண்பதற்கான கனவு. அரசியலுக்கான அரசியலில் (Political politics) மூழ்கியிருக்கும் தேசத்தை முன்னேற்றத்துக்கான அரசியலை (development politics) நோக்கி ஒரு எட்டு வைக்கச் செய்வதற்கான ஏழைகளின் ஏற்பாடு.

தூனிசியாவில் முகமது பௌசி தற்கொலை செய்துகொண்டான். தூனிசியா தூர் வாரப்பட்டது. எகிப்தில் கலாத் சையித் கொல்லப்பட்டான்.

இளைஞர்களின் நரம்புகள் துடித்து சர்வாதிகாரம் தவிடுபொடியானது. அங்கே இறந்துபோன இருவரின் அதே மனநிலையில் இங்கே ஏராளமானவர்கள் உயிரோடு நடமாடிக்கொண்டிருக்கிறோம்.

வேலை வாய்ப்பு. எதிர்காலம். ஜனநாயகத் தூய்மை. கருத்து சுதந்தரம். இதைத்தவிர அந்தப் புரட்சிக் கூட்டங்களுக்கு வேறேதும் சித்தாந்தங்கள் இல்லை.

நமது இல்லாமைகளை நாம் பட்டியல் போட்டால் புரட்சியல்ல, பெரும் போர்களே நடத்தவேண்டும்.

Global Integrity Report, Corruption Index, Employment Evaluation Report, Agrisuicide parallels என்று உலகத் தராசு நம் சமூகப் பள்ளங்களுக்கு ஆயிரம் அளவுகோல்களை அடுக்கியபோதும் 'அரசியல் ஒற்றுமையின்மை'தான் மக்களின் பரிதவிப்புக்குப் பலமான காரணம். ஒரு புல்வெளியில்கூட ஒரு புல்லுக்கும் சக புல்லுக்கும் பனித்துளியைப் பற்றிய கருத்தில் முரண்பாடுகள் இருக்கலாம். அந்த இயற்கையின் அடிப்படையில்தான் ஜனநாயகம் தோன்றியிருக்கும். நன்று. அது மனச் சிந்தனைகளின் மாநாட்டுப் பந்தலாக இருக்கவேண்டும். ஆனால் இந்திய அரசியல், சட்டத்தின்படி அமைக்கப்பட்ட ஒரு மல்யுத்த களமாகச் செயல்பட்டுக்கொண்டிருக்கிறது.

ஆட்சியே வேண்டாம், தேர்தலே வேண்டாம், கட்சிகளும் வேண்டாம், ஜனநாயகமும் வேண்டாம் என்று சராசரிக் குடிமகன் வெறுத்துப்போகும் அளவுக்கு அரசியல் காழ்ப்புணர்ச்சி அசுரத்தனமாய் ஆடிக்கிடக்கிறது. எத்தனை சிறந்த திட்டங்கள் எத்தனை நாணயமான அதிகாரிகள் - எத்தனை கோடி ஒதுக்கீடுகள் - இவை தனிப்பட்ட பழிதீர்த்தலுக்காகவும் சுகபோகங்களுக்காகவும் இயக்கமற்றுப் போவதை ஏற்றுக்கொள்ள முடியவில்லை.

1. தமிழ்நாட்டின் பத்து மாவட்டங்களில் (முதல் கட்டமாக) அரசியல் பயிற்சிப் படை (Political Training Force) அமைக்கப்பட வேண்டும்.

2. தேர்தலில் போட்டியிட பயிற்சிப் படையின் சான்றிதழ் கட்டாயம் ஆக்கப்படவேண்டும்.

3. குறைந்தது பதினைந்து ஆண்டுகளுக்கு ஒரே ஆட்சி தொடரவேண்டும்.

4. அனைத்து சமூகங்களின் பிரதிநிதிகளும் அந்த ஆளும் இயக்கத்தில் இடம்பெற வேண்டும்.

5. நடுவண், மாநிலம், மாவட்டம் என்று மூன்றடுக்கு அமைச்சரவை உருவாக்க வேண்டும்.

6. அரசாங்கத் திட்டங்களின் பலன் மக்களைச் சென்றடையாமல் இருக்க காரணமாக இருப்பவர்களைக் கண்டறியத் தனிப்படை அமைக்கவேண்டும்.

7. குற்றம் நிரூபிக்கப்பட்டால் அவர்களைச் சுட்டுக்கொன்று துண்டு துண்டாக வெட்டிக் கடலில் வீசவேண்டும்.

என்று பல்வேறு இடங்களில் உணர்ச்சிவசப்பட்டு பதினான்கு கோரிக்கைகளை முன்வைக்கிறது இக்கடிதம். இவர்கள் ஏழு பேர் அல்லவா? அதென்ன நால்வர் என்று கடிதம் தொடங்குகிறது. 'நாளை'யின் இலட்சியங்கள்,

ஊழல் கண்காட்சி, மருத்துவமனைச் சந்திப்பு, இந்தக் கடிதம் எல்லாமே ஒரு கொலாஜ் ஓவியம் போல இருக்கிறது எனக்கு. தருணாவின் கனவுகளே மேல்.

'Kindly let me know your suggestions if any' என்று கருணாகரன் எஸ்.எம்.எஸ் அனுப்பியிருக்கிறார். 'No comments' என்று நான் பதில் அனுப்ப முயன்றபோது message sending failed என்று செல்போன் முகம் சுளித்தது. மீண்டும் முயற்சிக்கவில்லை.

25

'நான் உங்களுக்கு இறக்கி வைக்க முடியாத பாரமா இருக்கேனோ?' சில நாட்களாய் என் இதயத்தில் கனத்துக் கொண்டிருந்த கேள்வியை அதிகாலையிலேயே பணிக்குப் பறந்துவிட்ட அமலனுக்கு எஸ்.எம்.எஸ் அனுப்பினேன்.

'ஓவியம் பாரம் என்று காகிதம் சொல்லுமா?' என்ற அவரது பதில் ஒரு தற்காலிகத் தலைக் கோதலை மட்டுமே தந்தது.

ஏதோ திருவிழா தேர் செய்வதற்காக ஓர் ஆர்ட் டைரக்டரைச் சந்திக்கவேண்டும் என்று நேற்றே சொன்னார். அங்குதான் சென்றிருக்க வேண்டும். தொடர் எஸ்.எம்.எஸ்களால் அவருக்குத் தொல்லை கொடுக்க விரும்பவில்லை.

எனக்கு நானே செய்தியாகும்போது பிஞ்சு பிஞ்சாய்ப் பிறக்கின்றன அச்சங்கள். எனது கேள்விகளுக்கு நானே பதில் தேடத் தொடங்க வெளிச்சம் போதவில்லை. உலகமே ஒரு வசந்தகால வண்டுபோலத் தோன்றும் ஒரு கண்ணில். தீயில் விழுந்து அது கருகுவதுபோலத் தோன்றும் மறு கண்ணில். என் விழிகளில் குழந்தை என்ற கனவு ஓடிக்கொண்டிருக்கும்போது எங்கிருந்தோ வந்து விழுகிறது ஒரு தூசு. எனக்கும் அமலனுக்கும் இணக்கம் குறையுமோ?

கருவுற்ற நாள் முதல் இன்றுவரை என்னை ஒரு பிள்ளையாகப் பாவித்துப் பாவித்து நான் அவர்

குழந்தையாகவே மாறி விட்டேன். ஒரு மனைவியாக அவரோடு மீண்டும் வாழும் காலம் வராதோ?

அவர் என்னை வெறுக்கும் அளவுக்கு குழந்தையின் உள்ளங்கையில் என்னைப் பதுக்கிக்கொள்வேனோ? சில நாளிதழ்களும் இணைய தளத்தில் சில பெண்களின் அனுபவங்களும் இந்தப் புதிய இருட்டை எனக்கு அறிமுகப் படுத்தின.

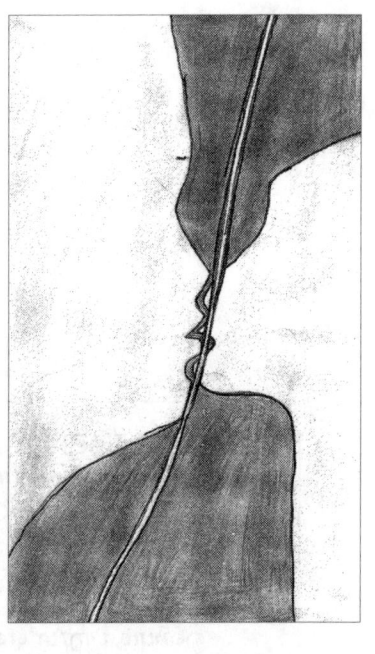

என் விரல்களில் இமைகளும் விழிகளில் நகங்களும் வளர்ந்தால்கூட அதிர்ச்சிக்கு உள்ளாகாமல் அமைதியாகக் கையாளக்கூடியவர் அவர். மேகங்களுக்குள் கண்மூடிக் கிடக்கும் மழைத்துளிகளைப்போல அந்த ஆழமான அமைதியில் காதல் நிறைந்திருக்கிறது. அந்த நிறைவு நீளாதோ?

லலிதாவைப் பார்க்கவேண்டும்போல் இருந்தது. செல்போனில் அழைத்து வீட்டுக்கு வர வேண்டினேன். அரைநாள் விடுமுறையில் வந்துவிட்டாள். எனக்கிருக்கும் சந்தேகங்களை அவளோடு பகிர்ந்துகொள்ள விரும்பினேன். அவள் வழக்கம் போல சமையலறைக்குள் வந்து நொறுக்குத்தீனிகளைக் கொறித்துக்கொண்டே பேசினாள். எக்ஸ்பிரஸ் அவென்யூல கொஞ்சம் ஷாப் பண்ணணும் – நீயும் வரியா?' இதே வேலை அவளுக்கு. எனக்கும் ஒரு பரபரப்பு தேவைப்பட்டது.

சாலையில் ஒரு கொசு தூங்கிக்கொண்டிருந்தாலும் பிரேக் அழுத்தி நிறுத்தி அந்தக் கொசு கண்விழித்துப் பறந்தபின்தான் கார் ஓட்டத் தொடருவாள் லலிதா. அவளுக்கு அருகில் அமர்ந்திருக்கும் யாருக்கும் அது பயணம் அல்ல. பின்னால்

வருகிறவர்களின் ஹார்ன் சத்தம் காதுகளைக் கிழிக்கும் ஓர் ஊர்வலம்.

எப்பொழுது சென்றாலும் லலிதா முதலில் ஓடுவது chocolate fountain பொழிந்துகொண்டிருக்கும் இரண்டாவது தளத்துக்குத் தான். பட்டர் கேக் ஒன்றை சாக்லெட்டில் குளிப்பாட்டிக் கொடுப்பார்கள். சாக்லெட் கலந்திருப்பதால் எனக்குக் கொஞ்சமும் பிடிக்காது. அதைச் சுவைத்ததும் லலிதாவுக்கு உடனே காரமாக ஏதாவது சாப்பிடவேண்டும்போல் இருக்கும். KFC வரிசையில் நின்றுவிடுவோம். 'இதெல்லாம் அடிக்கடி சாப்பிடக்கூடாது' என்ற அமலனின் வார்த்தைகள் வந்துபோனாலும் அந்த மொறுமொறு கோழிகளை மறக்க முடியுமா?

ஆயிரம் கடைகள் இருந்தாலும் லைப்ஸ்டைல் வட்டத்துக்குள் தன் எல்லா ஷாப்பிங்கையும் முடித்துவிடுவது லலிதாவின் வழக்கம். ஆடைகளையும் பிற பொருட்களையும் என்றுமே இல்லாத ஒரு பார்வையில் நான் வேடிக்கை பார்த்துக் கொண்டிருந்தேன். பொருட்களைவிட பொருட்களை அழகாகக் காட்டுவதற்கு என்றே பொருத்தப்பட்டிருந்த விளக்குகளில்தான் என் கவனம் சென்றது.

ஒரு கண்ணாடிப் பேழையில் விதவிதமான கைக் கெடிகாரங்கள் அடுக்கிவைக்கப்பட்டிருந்தன. தெருவிளக்கு வடிவத்தில் இரு விளக்குகள் பேழையின் இரண்டு எல்லைகளில் அமைக்கப்பட்டிருந்தன. அந்த வெளிச்சம் கைக்கெடிகாரங்களை வண்ணமயமாக்கியிருந்தன. அதேபோல சில, கண்ணாடிக் கதவுகளுக்குப்பின் சிரித்துக்கொண்டிருந்த பொம்மைகளின் தலைமேல் ஒளி தூவிக்கொண்டிருந்தன இளஞ்சிவப்பு விளக்குகள். அந்தச் சிரிப்பையே அந்த விளக்குகள்தான் தருகின்றனவோ எனத் தோன்றியது. Lighting Science என்று என்றோ ஒரு ஜர்னலில் படித்த வார்த்தை நினைவுக்கு வந்தது.

காரில் திரும்பிக்கொண்டிருந்தபோது அந்தக் கண்ணாடிப் பேழை விளக்குகள் நான் லலிதாவோடு பகிர்ந்துகொள்ள நினைத்த சில கேள்விகளுக்கு பதில்சொல்ல முயற்சி செய்து கொண்டிருந்தன.

◊◊◊

26

இந்த உலகத்தை எங்கள் குழந்தை எட்டிப் பார்க்கப்போகும் தருணத்தில் இப்படி நடந்து விட்டது. அழகான அழுகைக்காகக் காத்துக் கொண்டிருக்கும்போது எங்கள் செவிகளில் அமிலம் ஊற்றியதுபோல் இருக்கிறது. பூத வீதிகளில் என் பூக்கள் நடக்கப்போவது எப்படி என்று தெரியவில்லை. அவர்களோடு தொடர்பு வைத்துக்கொள்ளவேண்டாம் என்று லலிதாவின் கணவர் சொன்னபோதே நான் கேட்டிருக்கவேண்டும். எனக்கும் அவர்களுக்கும் வர்த்தக உறவு மட்டும்தானே என்ற என் புரிதல் தவறு. சில வழக்குகளில் என் பெயரும் இடம்பெறும் என்றே தோன்றுகிறது.

ஊழல் கண்காட்சி என்ற வார்த்தையை எழுதும்போதே ஒருவித வெறுப்பு தோன்றுகிறது. ஓரிரு நாட்களுக்கு பின் எழுதுகிறேன் என்ற போதும் அப்படித்தான் இருக்கிறது. சென்னைத் தீவுத் திடலில் இன்னும் எரிந்துகொண்டிருக்கிறது தீ. எப்பொழுது வேண்டுமானாலும் விசாரணைக்கு உட்படுத்தப்படலாம் என்ற பயத்தோடு அமர்ந்திருக்கிறேன். நடந்ததெல்லாம் தருணாவுக்கும் தெரியும். ‘எதுக்கும் பயப்படா தீங்க...’ என்று எனக்குத் தைரியம் சொன்னாலும் கண்ணாடி ஜன்னல்மேல் ஒரு பாலித்தீன்

பை பறந்து வந்து குழைந்தபோது உருவம் சுருங்கி என்னை அணைத்துக்கொண்டாள்.

சென்னை தீவுத்திடலில் எனக்குத் தெரிந்து இதுவரை இப்படி ஒரு திருவிழா நடந்ததில்லை. ஊடகங்கள் மட்டுமே உணர்ந்துகொள்ளும் அரசியல் கண்காட்சிபோல அல்லாமல் வெவ்வேறு துறையைச் சார்ந்தவர்களுக்கும் அனைத்து வயதினருக்கும் ஒரு நல்ல அனுபவமாக அமைந்திருந்தது. இரண்டு வார காலக் காட்சிவிழா, இறுதி இரண்டு நாட்களில் திசை மாறிவிட்டது. அன்று பிறப்பிக்கப்பட்ட 144 தடையுத்தரவை இன்னும் விலக்கவில்லை அரசாங்கம்.

தேர் செய்து கொடுத்தவன் எவன் என்று தேடிக்கொண்டிருக் கிறார்கள். நான் கொடுத்தது ஒன்றுதான். ஆனால் அதைப்போல நூற்றுக்கும் மேற்பட்டவை சென்னை வீதிகளில் வலம் வந்திருக் கின்றன. Integrated Political Schema தொடர்பாக இவர்கள் தலைவர்களுக்கு அனுப்பிய சிந்தனைகளும் அதற்கான தலைவர்களின் பதில்களும் அதில் பொறிக்கப்பட்டிருந்தன. அந்தத் திட்டம் பிடித்த சில இளைஞர்கள் தேரில் ஏறியிருக் கிறார்கள். அவர்களைத் தீவுத்திடலில் இறக்கி விட்டுவிட்டு, புதிய இளைஞர்களைத் தேடி தேர்கள் புறப்பட்டன. ஊழல் கண்காட்சிக்கான சிறப்பு வாகனச் சேவைபோல இவை செயல்பட்டன.

- பல்வேறு வழக்குகளில் சம்பந்தப்பட்ட அதிகாரிகள் மற்றும் அரசியல்வாதிகளின் பிம்பங்கள் பொதுமக்களோடு பொதுமக்களாக வளாகத்தில் நடமாடுவதுபோல வடிவமைத்திருந்தோம். அந்த பிம்பங்கள் உண்மை என நம்பிச் சிலர் வழிவிட்டது வேடிக்கையாக இருந்தது.

- Dot Matrix வடிவில் வானத்தில் அவ்வப்போது சில பெயர்களும் எண்களும் எழுதப்பட்டு மறைவதுபோல அமைத்திருந்தோம்.

- ஏற்கெனவே திட்டமிட்டதுபோல '100 windows' ஒளி அறைகள் உருவாக்கியிருந்தோம். ஒவ்வோர் அறையிலும் ஒவ்வொரு ஊழலைக் காட்சிப்படுத்தியிருந்தோம்.

- Economy Cleansing Systems என்று சில தகவல் கணினிகளை

அமைத்திருந்தோம். ஒருவர், தான் நேற்று வாங்கிய வெங்காயம் ஒரு கிலோ என்ன விலை என்று பதிவு செய்தால் அதனைத் தனக்குள் இருக்கும் பொருளாதாரத் தரவுகளோடு ஒப்பிட்டு ஆராய்ந்து இரண்டு தகவல்களை வெளிப்படுத்தும் இவை. (1) வெங்காயத்தின் நியாயமான விலை என்னவாக இருக்கவேண்டும். (2) எந்தெந்த முறைகேடுகளால் இந்த விலை உயர்வு ஏற்பட்டிருக்கிறது.

ஓரிசாவில் கையொப்பமாகும் ஒரு ரசாயன ஆவணம் தமிழ்நாட்டில் ஒருவன் அணிந்திருக்கும் செருப்பின் விலையை எப்படிப் பாதிக்கிறது என்பதுபோல் மூலங்களைக் கண்டறிந்த கணினிகளின் DATA MINING பார்வையாளர்களைப் பெரிதும் ஈர்த்தது.

நடுத்திடலில் அந்த நான்கு பேர் தீக்குளித்ததை மட்டும் என்னால் ஏற்றுக்கொள்ள முடியவில்லை. பாரதியார் பாடலோடு தொடங்கும் அந்தக் கடிதம் கருணாகரன் அனுப்பி தருணா எனக்குக் கொடுத்த அந்தக் கடிதம் இன்று எந்த அலைவரிசையை மாற்றினாலும் காட்சியளிக்கிறது. பத்திரிகைத் துறை வல்லுநர்களும் சமூக இயக்கங்களைச் சேர்ந்தவர்களும் அரசியல்வாதிகளும் அதன் பொருளை விவாதித்துக்கொண்டிருக்கிறார்கள். செய்தித் தொலைக்காட்சிகளில் பொதுமக்களின் facebook, twitter கருத்துகள் ஓடிக்கொண்டே இருக்கின்றன.

தீக்குளித்த நால்வரும் மருத்துவமனையில் சுவாசக்குழாய் பொருத்தப்பட்டிருந்த நோயாளிகள். இது நீண்ட நாட்களாகத் திட்டமிடப்பட்ட ஒரு தீக்குளிப்பு என்பதை மெல்ல மெல்லப் புரிந்துகொண்டேன். அதுவும் பத்தாயிரத்துக்கும் மேற்பட்ட பொதுமக்களால் தீவுத்திடல் நிரம்பி வழிந்த ஒரு சனிக்கிழமை மாலை இது நடந்தது. இறப்பதற்குமுன் நான்கு பேரும் அந்தக் கடிதத்தின் வாசகங்கள் அடங்கிய துண்டுப் பிரசுரங்களைப் பார்வையாளர்களின் உள்ளங்கைகளில் திணித்துக் கொண்டிருந்தார்கள்.

காவல்துறைக்குத் தகவல் போவதற்குமுன் நால்வரும் மண்ணெண்ணெய் ஊற்றிக்கொண்டு ஆளுக்கொரு மெழுகு வர்த்தியை ஏற்றி,

'நாட்பட நாட்பட நாற்றமு சேறும்
பாசியும் புதைந்து பயன்நீர் இலதாய்
நோய்க் களமாகி அழிகெனும் நோக்கமோ?'

என்ற வரிகளைச் சத்தமாக உச்சரித்து மெழுகுவர்த்தி நெருப்பை முத்தமிட்டனர். திடலே ஸ்தம்பித்துப் போனது. 'ஏதாவது செய்யுங்க' என்று அருகில் இருந்த சாலமனிடம் சொன்னபோது அவர் கண்களை மூடிக்கொண்டு பிரார்த்தனை செய்தார்.

அடுத்த முப்பது நிமிடத்தில் தீவுத்திடல் எங்கும் தீக்குண்டங்கள் உருவெடுத்தன. சில நூறு இளைஞர்கள் மண்ணெண்ணெய் ஊற்றிக்கொண்டு அந்தக் குண்டங்களில் விழுந்து தீக்குளிக்கத் தயாரானார்கள். காவல்துறை அவர்களை அப்புறப்படுத்த முயற்சி செய்தும் முடியவில்லை. நூறு இருநூறாகி ஐந்நூறாகி அரைமணி நேரத்தில் ஐயாயிரம் இளைஞர்கள் பல நூறு குண்டங்களை உருவாக்கி ஆர்ப்பாட்டம் தொடங்கிவிட்டனர். இசைக் கருவிகளால் அவர்கள் வெளிப்படுத்திய ரௌத்திரம் பேய்போல் பரவியது. ஐபோன் மூலம் உடனடியாக ட்விட்டரிலும் facebook-இலும் படங்கள் பரவத்தொடங்கி உலக ஊடகங்கள் அனைத்திலும் வர ஆரம்பித்தன.

'ஜனநாயகம் திருத்துவோம் – அல்லது நிறுத்துவோம்'.

'Redefine Democracy'

போன்ற வாசகத் தட்டிகள் தலைகாட்டத் தொடங்கின. அனைத்துக் கட்சித் தலைவர்களும் தீவுத்திடலுக்கு வந்து நிகழ்ந்திருக்கும் மரணங்களுக்கு பதில் சொல்லும்வரை இந்தத் தீக்குளிப்புப் போராட்டம் ஓயாது என்று அறிவித்திருந்தார்கள். இரண்டு மணி நேரத்திற்கு ஒருவர் தீயில் விழுவோம் என்ற அவர்களின் கணக்குப்படி இதுவரை இருபத்தொரு பேர் தீயில் குதித்திருக்கிறார்கள். அவர்களில் சிலரை கூட்டத்தில் இருந்த மருத்துவர்கள் உயிர்பிழைக்க செய்திருக்கிறார்கள். சிலரைக் காப்பாற்ற முடியவில்லை. களத்தில் என்ன நடந்துகொண்டிருக்கிறது என்று தொலைக்காட்சிகள் நேரடியாக ஒளிபரப்பிக்கொண்டிருக்கின்றன. கடற்கரைச் சாலையெங்கும் ஆயிரக்கணக்கான இளைஞர்கள் குவிந்தவண்ணம் இருக்கிறார்கள். 144 தடைச்சட்டம் பிறப்பித்ததற்கான எந்த

அடையாளமும் இல்லை. போராட்டத்தின் திசை புரியவில்லை என்று சிலர் பேசுகிறார்கள். எல்லாம் புரிந்ததுபோல தருணா மட்டும் என்னோடு வாதிட்டுக்கொண்டிருந்தாள்.

இன்னும் ஒரு வாரத்தில் எங்கள் குழந்தை பிறந்துவிடும். கருவில் புரியும் மொழி இருந்திருந்தால் கொஞ்சம் தள்ளிப் பிறக்க சொல்லியிருப்போம்.

27

அச்சம், ஆர்வம், தனிமை, தவிப்பு, எதிர்பார்ப்பு, ஏக்கம், அலைபாயுதல், ஆனந்தம் எல்லாம் கலந்த ஓர் இசை எனக்குள் ஓடிக்கொண்டிருக்கிறது. ஒரு மணி நேரத்தில் வருகிறேன் என்று சொல்லிவிட்டு போனவர் பல மணி நேரமாக காணவில்லை. எந்த நேரமும் வலி வரலாம் என்பதற்காக இந்த அடையார் மருத்துவமனை அறையில் என்னை அடைத்துவிட்டார் அமலன். சற்று நேரத்தில் லலிதாவும் அவள் கணவரும் வருவதாகச் சொல்லியிருக்கிறார்கள்.

என் படுக்கைக்குமேல் பொருத்தப்பட்டிருக்கும் பிராணவாயுக் குழாய்கூட என் குழந்தையை எதிர்பார்த்துக் காத்துக்கொண்டிருப்பதுபோலத் தோன்றியது. குழந்தையின் அசைவுகளைப் பதிவு செய்யச் சொல்லி Fetal Movement Chart ஒன்றை மருத்துவர் கொடுத்திருந்தார். என் வயிற்றில் நானே ஒரு பகுதியைத் தேர்வு செய்து அந்தக் குறிப்பிட்ட பகுதியில் அசைவுகள் பற்றிக் குறித்து வைக்கவேண்டும்.

நான் உணர்ந்ததையெல்லாம் fetal movement chart–இல் ஓவியங்களாக வரைந்தேன். ‘இப்படியெல்லாம் கிறுக்காதம்மா... புரியற மாதிரி எழுது’ என்று செவிலி ஒருவர் சத்தம் போட்டார். அதைக்

கேட்டு என் குழந்தை தன் காதுகளைப் பொத்தியிருக்கும். என்னை இவ்வளவு நேரம் தனிமையில் தவிக்க விட்டுவிட்டுப் போன அமலனே வந்து இந்த ஓவியங்களை வார்த்தைகளாய் மொழி பெயர்க்கட்டும் என்று அசைவுக்குறிப்புகளை நிறுத்திவிட்டேன்.

கோவில் கோபுரங்கள் வரைந்துகொண்டிருந்தேன். அந்தக் காகிதங்கள் பறந்து கதவருகே விழுந்தன. அறையைப் பெருக்க வந்த ஒரு பெண் அதையும் கசக்கிப் பெருக்கினாள். 'அது... குப்பை இல்ல' என்று பதறியபோது சிரித்துக்கொண்டே என்னிடம் எடுத்துக் கொடுத்தாள். அவள் கசக்கியதில் அந்த கோபுரத்தின் தெய்வீகம் முழுவதும் பிழியப்பட்டுவிட்டதாகத் தோன்றியது. இந்த மருத்துவமனை எனக்குச் சுத்தமாக பிடிக்கவில்லை. உடனடியாக இந்தப் படுக்கையைவிட்டு ஓடிவிடவேண்டும்போல் இருக்கிறது.

மகப்பேறு மருத்துவர் சுசீலா மட்டும் இதமாக இருக்கிறார். ஆனால் அவர் கொடுத்த தகவல்கள் அப்படி இல்லை. குழந்தையின் இதயத்துடிப்பை அளக்கும் Cardio Toco Graph பார்த்தோம் பயப்பட எதுவுமில்லை' என்று சுசீலா சொன்னது ஆறுதல்போல் தெரியவில்லை. குழந்தை ஒன்பது மாதங்களுக்கு ஏற்ற வளர்ச்சி அடைந்திருக்கிறதா என்று ஸ்கேன் செய்து பார்த்திருக்கிறார்கள். 'All is fine relax' என்று பாதிரியார் மொழி பேசுகிறார்களே தவிர மருத்துவ மொழியில் விளக்க மறுக்கிறார்கள்.

துணை மருத்துவப் பெண்ணை நிறுத்தி விசாரித்தபோது அவர்கள் குழு Doppler study செய்துகொண்டிருப்பதாகச் சொன்னார். 'உங்க ரத்தம் குழந்தைக்குத் தடையில்லாமப் பாயுதான்னு ஒரு சின்ன confirmation.' என் அடுத்த கேள்வியை எதிர்பார்த்து, பதில்சொல்லிச் சென்றாள்.

என் அறைக்கு வெளியே சில நாற்காலிகள் போடப்பட்டிருக் கின்றன. சற்றுமுன் சென்று பார்த்தபோது அதில் இரு சிறுவர்கள் அமர்ந்து ஒருவரை ஒருவர் கிள்ளிக்கொண்டிருந்தார்கள். எதிர் அறையில் அவர்களின் தாய், மூன்றாவது வலியில் துடித்துக் கொண்டிருந்தாள். பிரசவப் பிரிவுக்கு அவளை மாற்றுவதற்குள் குழந்தை பிறந்துவிட்டது. பிறந்த குழந்தை இறந்த குழந்தை. கருவறையில் நீர் (Amniotic fluid) குறைந்து மூச்சுத்திணறல்

ஏற்பட்டிருக்கிறது. தாயின் ரத்த அழுத்தம் அளவுக்கு அதிகமாக இருந்ததும் ஒரு காரணம் என்று சொன்னார்கள். எதனால் ரத்த அழுத்தம் அதிகரித்திருக்கும் என்ற கற்பனை செய்து அதைப் பாதியிலேயே கலைத்துவிட்டேன்.

வாசலில் விளையாடிக்கொண்டிருந்த சிறுவர்களிடம் இறந்த குழந்தையைக் காட்டியபோது ஒற்றை விரலால் வருடிச் சிரித்தார்கள். அந்த ஸ்பரிசம் குழந்தையை உயிர்த்தெழச் செய்யாதா என்ற ஏக்கத்தோடு என் அறைக்குத் திரும்பிவிட்டேன். அந்த மரணத்தின் நிழல் என்னைப் பின் தொடர்கிறது. என் நிழலைவிட அது பெரிதாக இருக்கிறது.

◊◊◊

28

இன்று காலை என் அலுவலக அறையில் நான் மட்டும் அமர்ந்திருந்தேன். மேஜையில் இருந்த காகிதங்கள் பறந்து தரையில் சுழன்றன. தொலைபேசி மணி அடிக்கடி அழைத்துக் கொண்டிருந்தது. குடிக்க வைத்திருந்த ஒரு கோப்பை நீரில் சிலந்தி விழுந்து அலைபாய்ந்து கிடந்தது. ஏ/சி இயங்கிக்கொண்டிருந்தாலும் கண்ணாடி ஜன்னல்கள் திறந்துகிடந்தன. பாதுகாப்பு கருதி என் பணியாளர்களை அடுத்த ஒரு வாரத்துக்கு வேலைக்கு வரவேண்டாம் என்று தகவல் அனுப்பியிருந்தேன். அவர்கள் உடன் இருந்திருந்தாலும் அந்தத் தனிமையை அனுபவித்திருப்பேன்.

ஒரு சமுதாயத்தில் அரசியல் புரட்சி ஏற்படும்போது ஒன்று அதில் முழுமையாகப் பங்குகொள்ளவேண்டும். இல்லையேல் தீப்பொறி தெறிக்காத தூரத்தில் நின்று வேடிக்கை பார்க்கவேண்டும். இரண்டுக்கும் இடையில் நான் நசுங்கிக்கிடக்கிறேன். எனக்கே தெரியாமல் இந்த ருத்ர தாண்டவத்துக்கு வாசித்திருக்கிறேன். எனக்கும் சிறுவயதில் இந்நாட்டின் அரசியல்மீது வருத்தம் இருந்தது உண்மைதான். ஆனால் அந்த அரசியலைப் புதுப்பிக்க இதுதான் வழியா என்று தெரியவில்லை. என் குழந்தைக்காக

வேணும் 'நாளை' நிறுவனம் பின்வாங்கக்கூடாது என்று வேண்டிக்கொள்கிறேன்.

'எதற்குப் பேச்சுவார்த்தை? என்ன பேச்சுவார்த்தை? யாரோடு பேச்சுவார்த்தை? என்ன கோரிக்கை?' என்று உள்துறை அமைச்சரகம் கேள்விகள் அடுக்குவதற்குள் 'நாளை' நிறுவனம் தலைநகரின் எல்லைகளில் தன் தனி ராணுவப் படையைக் குவித்துவிட்டது. ஆனால் இதுவரை அவர்கள் பெயரில் ஒரு வன்முறைச் சம்பவம்கூடப் பதிவாகவில்லை.

எரிந்து சாம்பலானவர்களின் கடிதம் ஒரு பேரலையை எழுப்பியிருக்கிறது. அந்தக் கடிதத்தின் பிரதிநிதிகளாக இவர்கள் தங்களை அடையாளப்படுத்திக்கொள்வதால் பொதுமக்களின் ஆதரவு பூதாகரமாகப் பெருகிவருகிறது. ஊழல் – பழிதீர்த்தல் – ஜனநாயக சர்வாதிகாரம் போன்ற சமூக விரோத அரசியலால் விரக்தி அடைந்த ஒரு தலைமுறையின் ஒட்டுமொத்தக் குரலாக இது ஓங்கி உருவெடுத்துக்கொண்டிருக்கிறது. இதன் அதிர்வுகள் மற்ற மாநிலங்களில் பரவினாலும் எந்த விளைவுகளையும் சந்திக்க 'நாளை' போல ஒரு பலமான இயக்கம் தயார்நிலையில் இருப்பது தமிழ்நாட்டில் மட்டும்தான். இந்தச் சமூகத்தைப் பற்றிய எத்தனையோ கனவுகள் இதயத்தில் குதிரைகளாக ஓடிக்கிடந்தாலும் அவற்றைக்கொண்டு ஓர் அரசியல் ரதத்தை அமைக்க வழியற்ற பல இளைஞர்களுக்கு 'நாளை'யின் பிம்பம் பிடித்திருக்கிறது. பிணைத்துக்கொள்கிறார்கள்.

அணுவையும் அண்டமாக்கும் ஊடகங்கள் இந்தப் பலமுனை போராட்டங்களை மிகத் துல்லியமாக ஒருங்கிணைத்துக் கொண்டிருக்கின்றன. 'இந்தியாவில் இது நடக்கும் என்று எதிர்பார்த்தோம்' என்று மத்தியக் கிழக்கு நாடுகளின் தலைவர்கள் தங்கள் கருத்துகளைத் தெரிவித்துக்கொண்டிருந்தனர். சமீபத்தில் எகிப்தின் சுதந்தரச் சதுக்கத்தில் நடைபெற்ற புரட்சிக் காட்சி களை மெரீனா கடற்கரைக் காட்சிகளோடு ஒப்பிட்டு சில விமர்சனங்கள் ஓடிக்கொண்டிருந்தன. சமூக மாற்றத்தை காந்திய வழியால் மட்டுமே சாதிக்க முடியும் என்று அண்ணா ஹசாரே குழுவினர் அறிக்கை வெளியிட்டிருக்கிறார்கள். அதை புரட்சியாளர்கள் பொருட்படுத்தியதாகவே தெரியவில்லை.

இதோ அதோ என்று இறுதியாகக் கோரிக்கைகள் வெளி வந்திருக்கின்றன.

- மாநில அரசியலில் ஜனநாயக விதிமுறைகள் முடக்கப் படவேண்டும்.
- அடுத்த பத்து ஆண்டுகளுக்கு தமிழகத்தில் அவசர நிலையைப் பிரகடனப்படுத்தவேண்டும்.
- ஆளுநர், முதல்வர் ஆகியோரின் அதிகாரப்பூர்வமான ஒப்புதலோடு இளைஞர்களின் தனி ராணுவம் ஆட்சி அமைக்கவேண்டும்.
- தமிழ்நாட்டில் தனி ராணுவத்தின் சட்டம் மட்டுமே நிறைவேற்றப்படவேண்டும்.
- ஜனநாயகக் கொள்கைகளை நவீனப்படுத்தி புதிய அரசியல் விதிகளை அமுல்படுத்தும் வரை தனி ராணுவம் பொறுப்பில் இருக்க அனுமதிக்கப்படவேண்டும்.

ஆட்சி அமைப்பதற்கு ஒரு ராணுவம் தேவையா என்பது எல்லாத் தொலைக்காட்சிகளிலும் விவாதப் பொருளாக விஸ்வரூபம் எடுத்தது. ஒரு கருத்துக்கணிப்பு, 80 சதவிகிதம் தேவை என்றும் 20 சதவிகிதம் அவசியமில்லை என்றும் சொல்லியது. எல்லாம் உணர்ச்சிவசப்படுதலாகவே தோன்றியது. ஒருவேளை இது எல்லாரும் உணர்ச்சிவசப்படவேண்டிய நேரமோ என்னவோ. அரசியல் சட்டம் 352 சொல்வது என்ன? சட்ட வல்லுனர்கள் சத்தமாகப் பேசிக்கொண்டிருந்தார்கள். ஒருசில விளக்கங்களில் தொலைநோக்கான நியாயங்கள் இருந்தன. அவற்றை மட்டும் ஊடகங்கள் பளிச்சிட்டுக்கொண்டிருந்தன.

இந்த இடைவெளியில் பலர் தீவுத்திடலின் தீக்குண்டங்களில் விழுந்த வண்ணம் இருந்தனர். அவர்களில் சிலர் நாங்கள் தங்கியிருக்கும் இந்த மருத்துவமனையிலும் சிகிச்சை பெற்றுக் கொண்டிருக்கிறார்கள். ஒவ்வொருவரையும் பேட்டி எடுக்கும் போது இவர்களில் பலர் நீண்ட நாட்களாக வெவ்வேறு அரசியல் கட்சிகளின் தொண்டர்களாக இருந்தவர்கள் எனத் தெரிய வருகிறது. ஏதோ சொல்ல முயற்சி செய்கிறார்கள். வாய் அசைந்தாலும் சத்தம் கேட்பதில்லை. அவர்களின் ரத்தம் பேசுவதே போதுமானதாக இருந்தது. சமூகப்பணியாற்ற

அரசியலைத் தேர்ந்தெடுத்து ஏமாற்றம் அடைந்த லட்சக்கணக்கான இளைஞர்களின் விரக்தி விஸ்வரூபம் எடுத்துக்கொண்டிருக்கிறது.

சாலமன், கருணாகரன், தவுலத் மூவரும் மத்திய உள்துறை அமைச்சரோடும் தமிழக முதல்வரோடும் பேச்சுவார்த்தை தொடங்கியிருக்கிறார்கள். அது அவசியமில்லை.

தற்போதைய நிலவரப்படி தலைமைச் செயலகமும் காவல்துறை தலைமை இயக்குநர் அலுவலகமும் தனி ராணுவத் தளபதிகளால் முற்றுகை இடப்பட்டிருக்கின்றன. தமிழகத்தின் முப்பத்திரண்டு காவல் மாவட்ட மையங்களையும் தங்கள் கட்டுப்பாட்டுக்குள் தனி ராணுவம் கொண்டுவந்துள்ளது.

வெளியூருக்குப் பறந்து தப்பிக்கும் நிலையில் என் மனைவி இல்லை. ரயில், பேருந்து, விமான நிலையங்களில் ஒரு நாய் வால் நிமிரவும் இடமில்லை. என் அருகில் தருணா கண்தூங்கும் அழகைத் தவிர இவ்வுலகில் இன்று அழகில்லை.

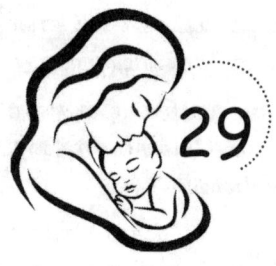

29

குழ்நொன்கிஓ அப்ந்துல்.
ம்கிழசி புனகை. தித்நிபு...

ஒருவழியாக இந்தப் பூமியின் ஒளியை எங்கள் குழந்தை சந்தித்துவிட்டான். பால்வீதியின் ஒரு பரவசத் துளியாக எங்கள் மடியில் வந்து விழுந்துவிட்டான். இந்த உலகத்தைப் பற்றிய எங்கள் ஆச்சரியங்களைப் புதுப்பிக்க புதிய கண்கள் கிடைத்துவிட்டன. குறைந்தபட்சம் சில மாதங்களுக்கேனும் புன்னகையை மட்டுமே ஒரு தொடர்புமொழியாகப் பயன்படுத்து கின்ற வாய்ப்பு எங்களுக்கு வழங்கப்பட்டுவிட்டது.

இந்தக் குட்டி முகத்தைக் காண எத்தனை தடைகள்? இந்தப் பிஞ்சுப் பாதங்களைத் தடவிப் பார்க்க எத்தனைக் காத்திருப்பு? என் விரல் இடுக்கில் இவன் மெல்லிய தலைமுடி நுழைந்து வெளிவர எத்தனைச் சிக்கல்கள்? தருணாவின் அழகுமுகம் தலைமுறை நீட்சி பெற எத்தனை மருத்துவ ஒப்பனை? 3.25 கிலோ எடைதான். ஆனால் முதல் முறை இவனைக் கையில் ஏந்தியபோது என் மேனி எங்கும் பாய்ந்த அதிர்வுகளின் கனம் அதிகம். அதை வார்த்தைகளால் விளக்கமுடியவில்லை. ஆனால் தருணாவால் ஓவியமாகத் தர முடியும் என நம்புகிறேன்.

பெரும்பாலான குழந்தைகள் கருவறைவிட்டு வெளியில் வந்தபின்தான் மலம் கழிக்கும். ஆனால் ஒரு சில நேரங்களில் குழந்தை பனிக்குடத்தில் இருக்கும்போதே மலம் (Meconium) கழித்துவிடும். குடம் உடைந்து வெளிவரும் நீர் நிறமற்று இருந்தால் அது மலப்பொருள் அற்றது. மஞ்சள் நிறத்தில் இருந்தால் பல நாட்களுக்கு முன்பே சிசு மலம் கழித்து அது குட நீரில் கலந்திருக்கிறது என்று அறியப்படுகிறது. பச்சை நிறத்தில் இருந்தால் மிகச் சமீபத்தில் மலம் கழிக்கப்பட்டிருக்கிறது. கருவறையில் உண்டாகும் இந்தக் கழிவுப் பொருட்கள் சிசுவின் நுரையீரலில் கலந்து சுவாசத்தைப் பாதிக்கின்றன. பிறப்பதற்கு முன்பே இறப்பதற்கு வாய்ப்பிருக்கிறது. இதை Meconium Aspiration Syndrome என்று மருத்துவர் சுசீலா தன் அறிக்கையில் குறிப்பிட்டிருக்கிறார்.

நான்கு நாட்களுக்குமுன் தருணாவின் பனிக்குடம் உடைந்தபோது வெளிவந்த நீர் பச்சை நிறத்தில் இருந்திருக்கிறது. ஏற்கெனவே radio toco graph தந்த தகவல்களில் சிசுவின் அசைவுகள் அசாதாரணமாக இருந்திருக்கின்றன. அதை ஒரு பொருட்டாக எடுக்காமல் மெத்தனமாக இருந்துவிட்டார்கள்.

குழந்தை பிறந்தவுடன் suction கருவிகள் கொண்டு மிகுந்த சிரமத்துக்குப்பின் நுரையீரலில் சிக்கியிருந்த கழிவுப்பொருட்களை அகற்றியிருக்கிறார்கள். சில நொடிகள் தாமதித்திருந்தாலும் எங்கள் எதிர்காலம் அர்த்தமற்றுப் போயிருக்கும்.

என்னுடைய அலுவலகத்திலிருந்து சிலரும் லலிதாவும் அவள் கணவரும் அடிக்கடி வந்துபோகிறார்கள். குழந்தை பார்ப்பதற்கு அம்மாபோல அழகாக இருக்கிறான் என்று சிலர் சொல்லும்போது பெருமையாகச் சிரித்துக்கொண்டாலும் 'வளர வளர அப்பா மாதிரி இன்னும் அழகாவான்' என்று என் முகத்தையும் அந்தத் தொட்டிலுக்குள் திணிப்பாள் தருணா. அவளுடைய வார்த்தைகளில் பழைய வளைவுகள் இருந்தாலும் – பார்வையில் இல்லை. இந்த நான்கு நாட்களில் ஒருமுறைதான் அவள் குழந்தையைத் தூக்கியிருக்கிறாள். இன்னும் தன் உடல் வலியிலிருந்து அவள் மீளவில்லையோ என்று தோன்றுகிறது.

இன்று புத்தகத்தை அவளிடம் கொடுத்தபோது அவளால் தொடர்ந்து எழுத முடியவில்லை. விரல்களில் லேசான நடுக்கம் இருந்தது. ஒரு வரி எழுதிவிட்டு என்னிடம் கொடுத்துவிட்டாள். அந்த ஒரு வரியை ஒருநாள் முழுக்கப் படித்துப்பார்த்தும் புரிந்துகொள்ள முடியவில்லை.

30

முதல் உலக அரசுகளின் அதிருப்தியோடும் உலகத் தமிழர்களின் எதிர்பார்ப்புகளோடும் தமிழ்நாட்டில் தனி ராணுவம் ஆட்சி அமைத்து விட்டது. நேர்மையான சில மூத்த அரசியல் வாதிகளும் இந்த மாற்றத்துக்குத் தாமாக முன் வந்து துணைநின்றதால் நடுவண் அரசும் மாநில அரசும் கலந்தாலோசித்து சட்ட வல்லுநர்களின்

ஆலோசனைகளோடு அதிகாரபூர்வமாக அமைந்திருக்கிறது இந்தப் புதிய அரசு. புதிய முதலமைச்சரின் பதவிக்காலம் ஆறு மாதங்கள் என நிர்ணயித்திருக்கிறார்கள். ஆறு மாதங்களுக்கு ஒருமுறை முதல்வரின் செயல்பாடுகளை மதிப்பிட்டு அவரையே தொடரச் செய்வதா அல்லது புதிய முதல்வரைத் தேர்ந்தெடுப்பதா என்று முடிவெடுக்கப்படும். ஒவ்வொரு அரசுத் துறைக்கும் ஒரு தளபதியும் ஒரு அமைச்சர் குழுவும் நியமிக்கப்பட்டிருக்கிறார்கள்.

சுயலாபத்துக்காக மாநிலம் எங்கும் கலவரங்களையும் கொலை கொள்ளைகளையும் கட்டவிழ்த்துவிட்ட பல்வேறு கும்பல்களைக் கைது செய்து எந்த விசாரணையும் இன்றி சிறையில் அடைத்து மரண தண்டனை விதித்திருக் கிறார்கள். ஊடகங்கள் இதை வன்மையாகக் கண்டித்திருக்கின்றன. அரசு

இதைப்பற்றிக் கவலைப்படுவதாக தெரியவில்லை. தொடர்ந்து இப்படிச் செய்தால் பொதுமக்களுக்கு உங்கள்மீது அச்சம்தான் வரும், நம்பிக்கை வராது என்று சாலமனுக்கு எஸ்.எம்.எஸ் அனுப்பினேன். எதற்காக இந்த ராணுவ அமைப்பு என்று அடுத்த நிமிடம் கருணாகரனின் ஓர் அறிக்கை ஒளிபரப்பப்பட்டது.

> “சமூக முன்னேற்றத் திட்டங்களைப் போர்க்கால அடிப்படையில் நிறைவேற்றவே இந்த அமைப்பு உருவாகியிருக்கிறது. ஓர் உயிரைக் காப்பாற்ற ஓர் ஆம்புலன்சின் விரைவு எவ்வளவு முக்கியமோ அதேபோல நாளைய தேவைகளைச் சந்திக்க நம் சமூகச் செயல்பாடுகளின் வேகமும் முக்கியம். இன்று அரசு எந்திரமாகச் செயல்பட்டுக்கொண்டிருப்பவர்கள் கடந்த பத்து ஆண்டுகளாக இந்தச் செயல்வேகப் பயிற்சிகளைத்தான் பெரும்பாலும் மேற்கொண்டிருக்கிறோம். இது சண்டைக்கான ராணுவம் அல்ல. சமூகத்துக்கான ராணுவம். அதே நேரத்தில் இந்த முன்னேற்றப் பணிகளுக்குத் தடையாக, கோடி அந்நிய சக்திகள் படையெடுத்தாலும் அதை அதிநவீன ஆயுதபலத்தோடு சந்திக்கின்ற வல்லமை நமக்கு உண்டு.
>
> அரசின் முகம் என்றும் அன்புமுகம்.

உள்நாட்டுப் போர் சூழலில் வாழ்ந்துகொண்டிருப்பதாய் எண்ணிக்கிடந்த சில குடிமக்களுக்கு இந்த அறிக்கை ஆறுதல் அளித்திருக்கலாம். தனி ராணுவம் என்றுதான் அறியப்படுகிறதே தவிர ‘நாளை’ நிறுவனம் தங்கள் பெயரைப் பெரிதாக விளம்பரப்படுத்தவில்லை. சாலமன், கருணாகரன், தவுலத் என்று யாருடைய முகமும் அடிக்கடி ஊடகங்களில் தென்படுவதில்லை. விளம்பரத்தை விரும்பாதவர்கள் என்பது மட்டும் காரணமாகத் தெரியவில்லை. வேறேதும் உட்பொருள் இருக்கலாம்.

‘எனெர்ஜி எவர்கிரீன்’ என்ற திட்டத்தின் அடிப்படையில் பல தொழில்நுட்ப பூங்காக்களைத் திறந்திருக்கிறார்கள். அடுத்த ஐம்பது ஆண்டுகளுக்குத் தேவைப்படும் மின்சாரம், மாநிலத்தில் எரிபொருள் உற்பத்தி இரண்டையும் அடிப்படையாகக் கொண்ட திட்டம் இது. சூரிய சக்தியை மேம்படுத்த உதவும் Carbon Nano tube based photo voltaic cells தொடர்பாக ஆய்வுக்கூடங்கள் அமைக்கப்பட்டிருக்கின்றன. பிரேசில் நாட்டு ethanol policy

செயல்படுத்தப்பட்டிருக்கிறது. யுரேனியத்துக்கு மாற்றாக தோரியம் பயன்படுத்துவது பற்றி மாநாடுகள் நடக்கின்றன.

எண்ணெய் உற்பத்திக்காக jatropha cultivation என்ற வார்த்தை அடிக்கடி காதில் விழுகிறது. தனி அலைவரிசையில் இந்தத் திட்டங்களைப் பற்றி விளக்கினாலும் ரொம்ப techy–யாக இருக்கிறது. புதிய எரிபொருளுக்கு ஏற்றவாறு வாகனத் தொழிற்சாலைகளை மாற்றி அமைக்க தொழிலதிபர்களோடு பேச்சுவார்த்தை நடந்துகொண்டிருக்கிறது.

‘முதல்ல இலவசங்களைக் கொடுத்திட்டு அப்புறம் மத்ததெல்லாம் செய்யுங்கப்பா’ என்று தலைப்பாகை கட்டிய ஒரு பெரியவர் சொல்வதுபோல தினசரி ஒன்றில் கார்டூன் வரைந்திருந்தார்கள்.

◊◊◊

31

ஒரு சில சம்பவங்கள் என் காட்சிப் பாதையில் மீண்டும் மீண்டும் ஓடிக்கொண்டிருக்கின்றன. குழந்தை பிறந்ததும் மருத்துவர் சுசீலா அவனைக் கையில் ஏந்தி தருணாவிடம் காட்டிய போது அவளின் முகபாவனை. பிரசவம் முடிந்து பதினாறு மணி நேரம் வரை எந்த உணவையும் உட்கொள்ளாத தருணா அத்தனை இடைவெளிக்குப் பின் ஒரு செவிலி உணவுத் தட்டை நீட்டியபோது 'வேண்டாம்' என்று சொன்ன தொனி. இன்றோடு தொடர்ந்து ஏழு இரவுகளாகத் தூக்கம் காணாத அவளின் இளைத்த கண்கள். ஒவ்வொன்றும் என் எண்ணத்தில் தனித்தனிக் காகிதங்களாகத் திரிகின்றன. வாசல் கதவு சாத்தியதும் ஒரு கரும்பாறை மௌனம் நிறைந்துவிடுகிறது. குழந்தை பிறப்பதற்குமுன் ஒவ்வொரு நாளையும் ஒரு தேன்துளியில் மிதக்கவிட்டு அழகுபார்த்த தருணாவால் இன்று கண்முன் திறந்திருக்கும் முழுமுதற் பூவைப் புரிந்துகொள்ள முடியவில்லை.

இதுவரை குழந்தையைத் தூக்கிக் கொஞ்ச உறவினர்கள் யாரும் வரவில்லையே என்ற ஏக்கம் அவள் நெஞ்சில் பொங்கியிருக்கிறது. தோட்டத்து மரத்தில் கூடியிருந்த பறவைகளைக் கண் இமைக்காமல் அவள் பார்த்துக்கொண்டிருந்தது

வேறு எந்த அர்த்தத்தையும் எனக்குக் கொடுக்கவில்லை. 'ஒனக்குக் கொஞ்சமாவது அறிவு இருக்கா? புதுசா வந்திருக்கிற உறவ நெனச்சு சந்தோஷப்படவேண்டிய நேரத்துல

பழைய கசப்புகள் எதுக்கு?' கடுங்கோபத்தோடுதான் இந்த வார்த்தைகளைச் சொன்னேன். ஆனால் அதற்காக இரண்டு நாட்கள் தொடர்ந்து சத்தம் போட்டு அழுதுகொண்டிருக்கிறாள். 'ஒனக்கென்ன, அழறது ரொம்ப சுகமா இருக்கா?' என்று பொறுமை இழந்தபோது சத்தத்தை நிறுத்திக்கொண்டாள். கண்ணீர் மட்டும் வழிந்துகொண்டிருந்தது. அவள் தலையைக் கோதியபோது கொதிகொதித்து என் விரல்களைத் தட்டிவிட்டாள். ஏதோ கத்திமுனையைச் சந்தித்ததுபோலக் கூர்மையாக இருந்தது அந்த ஸ்பரிசம்.

பேரப்பிள்ளையைப் பார்க்கப் பெரியவர்களை வரவழைக்க வேண்டும். சில மன வருத்தங்களால் தகவல் கூடச் சொல்ல வில்லை. ஒரு குழந்தை பிறந்ததும் தாயின் மனநிலை என்ன, அதை எப்படிக் கையாளுவது என்பதை நானும் அவர்களிடமிருந்து கற்றுக் கொள்ள வேண்டும். உறவினர்களின் கலகலப்பு, இயற்கையோ செயற்கையோ, அவர்களின் நடமாட்டம் தருணாவின் வெறுமையைத் தணிக்க உதவும் என நம்புகிறேன். அம்மாவும் அப்பாவும் இரண்டு நாட்களில் வந்துவிடுவார்கள். தருணாவின் அப்பா நாளையே வருகிறார். இந்தச் செய்திகளையெல்லாம் தருணாவிடம் பகிர்ந்துகொண்டபோது அவள் சிரமப்படாமல் சிரித்தாள்.

மாலையில் போட் கிளப் சாலையில் குழந்தையைத் தூக்கிக்கொண்டு நானும் தருணாவும் வாக்கிங் சென்றோம். தனியாகக் கைவீசி நடந்தபோது இத்தனை விழிப்புணர்வு இல்லை. இத்தனை ஆழமாய்ச் சுற்றுப்புறத்தைக் கவனத்ததில்லை. குழந்தை அழுதால் உலகமே எதிரியாகத் தெரிகிறது. சிரித்தால் சாலையெல்லாம் மெத்தையாகிறது. முதல் சில நிமிடங்கள் குழந்தையைச் சுமந்திருந்தபோது தருணா என்னையும் குழந்தையையும் மாற்றி மாற்றி கிள்ளிக்கொண்டிருந்தாள். அவளிடம் குழந்தையைக் கொடுத்தபோது சில விநாடிகள்தான் அவளால் சுமக்க முடிந்தது. குழந்தையும் அவள் கைகளில் இதமாகப் பொருந்தவில்லை. பிரசவம் கொடுத்த உடல் சோர்வு

தருணாவை விட்டு நீங்கவில்லை. ஓரிரு வாரங்களில் இயல்பான உடல்நிலை திரும்பிவிடும் என்று மருத்துவமனையில் சொன்னது நினைவில் இருந்தாலும் ஒவ்வொரு நாளும் ஒரு மூட்டைபோல முதுகை அழுத்துகிறது.

அலுவலக நண்பர்கள் சிலர் அவர்களுடைய குழந்தைகளோடு வீட்டுக்கு வருகிறார்கள் என்று ஒரு வட்டமான சாக்லெட் கேக் வாங்கி வைத்திருந்தேன். சமையலறையில் ஜன்னல்களைச் சாத்திவிட்டு பாத்திரங்களை அலசித் துடைத்து வைத்துவிட்டு, எங்கள் அறைக்கு வந்து பார்த்தபோது வினோதமாக இருந்தது.

குரங்குகள் கூத்தாடிய சகதியைப்போல தருணாவின் மடியில் சிதைந்துகிடந்தது சாக்லெட் கேக். முழுவதையும் அள்ளிச் சாப்பிட முயற்சி செய்து உதடுகளைச் சுற்றிப் பூசிக்கொண்டிருந்தாள். எனக்குத் தெரிந்து சாக்லெட் சம்மந்தப்பட்ட எந்த உணவையும் அவள் துளியளவும் விரும்பியதில்லை. இந்தக் குறிப்பிட்ட கேக் தயார் செய்யப்பட்ட முறை வேறுவிதமாக இருக்கலாம்.

◊◊◊

32

சத்தம் போட்டு அழுகின்ற குழந்தையை கையில் வைத்திருக்கும்போது மாற்றுக் கரங்களுக்கான ஏக்கம் பிறக்கிறது. அது இல்லை என்று தெரியும் போது பிறக்கும் பொறுமையும் நீண்ட நேரம் நிலைப்பதில்லை. பிரதீபன் என்று பெயர் வைத்தது அவனுக்குப் பிடிக்கவில்லை என நினைக்கிறேன். நேற்று முழுவதும் அழுதுகொண்டே இருந்தான். என் கைகள் அவனுக்குக் கரடுமுரடாக இருக்கின்றனவோ என எண்ணி அழுதுகொண்டிருந்தவனை தருணாவிடம் கொடுத்தபோது அச்சத்தோடு அவள் மறுத்துவிட்டாள். 'இது நம்ம குழந்தை, தருணா' என்று சொன்னபோது அவள் கண்கள் மிரண்டிருந்தன. அந்த மிரட்சியில் கொஞ்சம் ஈரம் கசிந்திருந்தது.

பிரதீபன் அழுகை நிற்கவில்லை. எனக்கு என்ன செய்வதெனத் தெரியவில்லை. அழுது அழுது முகமும் உடலும் சிவப்பேறிக்கொண்டிருந்தது. எதிர் வீடும் பூட்டியிருந்தது. லலிதாவுக்கு செல்போனில் அழைத்தால் பதில் இல்லை. குழந்தையை மடியில் வைத்துக் கொண்டு மருத்துவமனை நோக்கி காரை ஓட்டத் தொடங்கினேன். போக்குவரத்து நெரிசல். பிரதீபனின் அழுகை என் மடியை முழுவதும் நனைத்துவிட்டது.

இருபது நிமிடப் பயணத்துக்குப் பின் ஒரு சாலைவளைவில் திரும்புவதற்காகக் கண்ணாடி பார்த்தபோது தூக்கிவாரிப் போட்டது. பின்சீட்டில் கை கட்டிக்கொண்டு தருணா அமர்ந்திருக்கிறாள். அவள் வண்டியில் ஏறியதைக்கூடக் கவனிக்காமல் நான் விரைந்திருக்கிறேன். நான் சிரமப்படுவது புரியாமல் அவள் சாலை விளக்குகளை வேடிக்கை பார்த்தபடி இருந்தாள். காரை ஓர் ஓரமாக நிறுத்திவிட்டு மடியில் கிடந்த பிரதீபனைத் தூக்கி தருணாவிடம் கொடுத்தேன். விரல்கள் நடுநடுங்க வாங்கிக்கொண்டாள். 'ஒண்ணுமில்லடா.. ரிலாக்ஸ்' என்று சொன்னபோது அவள் முகத்தில் ஒரு புன்னகையின் பிணத்தைக் காண முடிந்தது. அதற்குப்பின் காரை என்னால் வேகமாக ஓட்ட முடியவில்லை. எனக்குத் தெரிந்த ஒரு குழந்தை நல மருத்துவரின் மருத்துவமனை வாசலில் நின்றபோது மழை தொடங்கிவிட்டது.

மழையின் சத்தம் ஏற்படுத்தியதைவிட குழந்தையின் அழுகைச் சத்தம் அதிகமான அதிர்வலைகளை எழுப்பிக்கொண்டிருந்தது.

முப்பது கிலோ மீட்டர் பயணத்துக்குப் பின் என் பள்ளித்தோழர் மருத்துவர் சுரேஷை சந்தித்தோம். எங்களை வரவேற்பதில் நேரத்தை வீணடிக்காமல் நேரடியாகக் குழந்தையைப் பரிசோதிக்கத் தொடங்கினார். பிரதீபனை ஒரு தனி அறைக்கு எடுத்துச்சென்றபோது தருணா கதறி அழுதாள். சற்று நேரத்துக்குப்பின் வெளியில் வந்த சுரேஷ் குழந்தைக்குச் சிறிய அளவில் வயிற்றுவலி ஏற்பட்டிருப்பதாகச் சொன்னார். அவர் கையிலிருந்து பிரதீபனை தருணா முரட்டுத்தனமாகப் பிடுங்கினாள். 'Behave yourself Tharuna' என்று நான் சத்தம்போட்ட போது ஓர் இடியும் என்னோடு ஒத்துழைத்தது.

சரியான இடைவெளியில் குழந்தைக்குப் பால் கொடுத்தாலே இந்த வலி ஏற்பட வாய்ப்பில்லை என்று சொல்லிவிட்டு அவசரத்துக்கு ஒரு மாத்திரையின் பெயரையும் குறித்துக் கொடுத்தார். குழந்தையின் அழுகையும் மழையும் குறைந்துகொண்டிருந்தன. சுரேஷோடு பழைய கதைகளைப் பேசிக் கொண்டிருந்தபோது அந்த மருத்துவமனையில் பணியாற்றும் ஒரு நடுத்தர வயதுப் பெண்மணி தருணாவையே உற்றுப் பார்த்துக்கொண்டிருந்தார். அருகில் வந்து தலைகோதினாள்.

குழந்தையைப் பற்றி விசாரித்தாள். நாங்கள் விடைபெற்றபோது என் அருகில் வந்தவர் 'உங்க மனைவிய பத்திரமாப் பாத்துக்குங்க' என்று அக்கறையோடு சொல்லிவிட்டுச் சென்றார்.

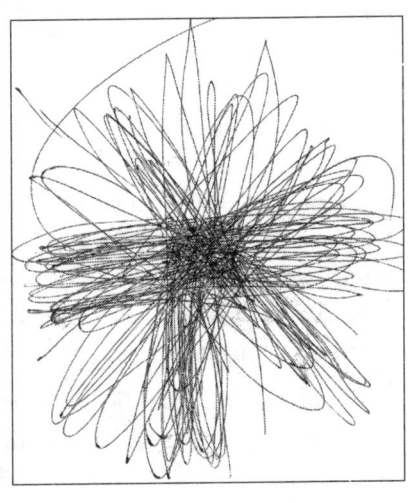

வீட்டு வாசலுக்கு வந்தபோது மனமெல்லாம் நிறைந்தது போல ஒரு காட்சி. தருணாவின் தந்தையும் எனது பெற்றோர்களும் காத்துக்கொண்டிருந்தார்கள். காரை விட்டு இறங்கியதும் என் கண்களைக் கூட சந்திக்காமல் குழந்தையைத் தேடியது அவர்களது உடல் மொழி. யார் கையில் முதலில் குழந்தையைக் கொடுப்பது என்று தருணாவுக்குக் குழப்பம்.

பிரதீபனை அவளிடமிருந்து வாங்கிக்கொண்டு அவளை வாசல் கதவைத் திறக்க சொன்னேன். வந்தவர்களை நலம் விசாரித்தேன். யாரிடமும் குழந்தையைக் கொடுக்கவில்லை. தருணா கதவைத் திறந்ததும் நடுக்கூடத்திலிருந்த தொட்டிலில் பிரதீபனைப் படுக்க வைத்தேன். நீண்ட இடைவெளிக்குப் பின் பிரதீபனின் முகத்தில் ஓர் ஓய்வு மயக்கத்தைக் காண முடிந்தது. பெரியவர்கள் தொட்டில் சுற்றிக் கூடி, பேரனின் அசைவுகளில் தங்கள் அடையாளங்களைத் தேடிக்கொண்டிருந்தனர். வாங்கி வந்திருந்த தங்கச் சங்கிலிகளை அவன் கழுத்தில் மாட்டியபோது அவன் இளஞ்சிவப்பு நிறத்துக்கு அவை அழகாகப் பொருந்தின. மூவருக்கும் அறைகளை ஒதுக்கிக் கொடுத்துவிட்டு 'வசதி குறைவா இருந்தா கொஞ்சம் பொறுத்துக்குங்க' என்று சொன்னேன். என் பெற்றோர்கள் என்னைத் தலையில் கொட்டினார்கள். தருணாவின் தந்தை தோளில் தட்டினார்.

'இந்த மிலிட்டரிப் பசங்க என்னதான் பண்ணப் போறாங் களாம்?' என்று என் தாய் என்னிடம் விசாரித்தார். அவர்களோடு நீண்ட நாட்களாக நான் தொடர்பில் இல்லை என்பது

அப்பொழுதுதான் தோன்றியது. எழும்பூர் ரயில் நிலையத்தில் குண்டுவைக்க முயற்சித்துப் பிடிபட்ட குற்றவாளிகளுக்கு எந்த விசாரணையும் இன்றி இன்று ஆயுள் தண்டனை வழங்கியிருக்கிறார்கள். இப்படிச் செய்யும்போது இரக்கமும் வெறுப்பும் இடம் மாறிவிடுகின்றன என்பதை இவர்கள் புரிந்து கொள்வதில்லை. தவுலத்தை செல்போனில் அழைத்துப் பேசினேன்.

'எங்கள் கனவுக்கு உருவம் கிடைத்துவிட்டது. ஆனால் அதை முழுக்க இயங்கவிடாமல் – அதன் கனிகளை முழுக்க சுவைக்கவிடாமல் எங்களுக்குள்ளேயே பல நூறு கருத்து வேறுபாடுகள். ஒவ்வொரு நடவடிக்கைக்கும் ஓராயிரம் அலைபாய்தல். ஒருமுகப்படுத்துவது மிகவும் சிரமமாக இருக்கிறது' என்று புலம்புகிறார். நேரடி ஒளிபரப்பு பற்றி நேரடியாக பேசவில்லை.

'குழந்த எப்படி இருக்கான்?' அவர் கேட்டபோது சில நொடிகள் தாமதித்து 'எல்லாம் மகிழ்ச்சியாக இருக்கிறோம்' என்று பதில் சொன்னேன். தனி ராணுவ ஆட்சியைப் பற்றி தவுலத் சொன்ன விமர்சனம்தான் கடைசியாக அவர் கேட்ட கேள்விக்கு நிஜமான விளக்கம் என நினைத்துக்கொண்டேன்.

33

அவள் எழுதுவதை நிறுத்திவிட்டாள் என்பதில் வருத்தமில்லை. ஓவியங்கள் நின்று போனதைத்தான் ஏற்றுக்கொள்ள முடியவில்லை. ஒவ்வொருமுறையும் நான் எழுதத் தொடங்குவதற்கு முன் அவள் அருகில் இந்தப் புத்தகத்தை வைக்கிறேன். குழந்தை பிறப்பதற்கு முன் கனவில் தோய்ந்த அவள் தூரிகை வளைந்து வளைந்து வண்ணம் தீட்டியதுபோல மீண்டும் தீட்டத் தொடங்காதா என்று ஏங்குவேன். அவளும் ஏதோ வரைய முயற்சி செய்து தோற்றுப் போவாள். அவளுடைய தோல்விகளும்கூட எனக்குக் கலையம்சம் நிறைந்ததாகத்தான் தெரியும். இந்தக் கோடுகளுக்கு மத்தியில் எழுதுகிறபோது நானும் ஓர் எழுத்தாகத் தொலைந்துபோகிறேன். தருணா தன் பள்ளி வயதில் வரைந்த சில படங்களை அவள் தந்தை ஓர் ஆல்பமாகக் கொண்டு வந்திருந்தார். அந்த ஓவியங்களை ஒவ்வொன்றாய்க் காணும்போது தருணாவின் வயதோடு பயணிப்பதுபோலத் தோன்றியது. அவள் எண்ணங்களின் பரிணாமம் அதில் பிரதிபலித்தது. இன்றும் நேற்றும் அவள் எழுதிய கோடுகளைப் பார்க்கும்போது அந்தப் பரிணாமம் பின்னோக்கி குறைகிறதோ என்ற அச்சம் பிறக்கிறது.

‘நீ சமச்சு சாப்பிடவா இவ்வளவு தூரம் வந்தோம்?’ என்று என் பெற்றோர்கள் ஒவ்வொரு நாளும் ஒரு நூறு முறை புலம்புகிறார்கள். ஒரு விஞ்ஞானி தன் ஆராய்ச்சிக்கூடத்தைக் காதலிப்பதுபோல சமையலறையைக் காதலித்தவள் தருணா. தினம்தினம் ஒரு புதுவித உணவைச் சமைத்துவிடவேண்டும் என்று அட்டவணை இட்டுக்கொண்டு அலைந்தவள், இன்று சமையலறைப் பக்கமே வருவதில்லை. ‘நீ சமைக்க வேணாம் – நான் சமைக்கும்போது என்கூட இரு – பெரியவங்க ஊருக்கு கிளம்பறவரைக்குமாவது அப்படிச் செய்’ என்று நான் கெஞ்சியபிறகு கொஞ்சம் தலை காட்டுகிறாள். பாறைகளுக்குப் பக்கத்தில் பூ பூத்ததுபோல என் பாத்திரங்களுக்குப் பக்கத்தில் அவள் அமர்ந்திருப்பாள்.

தருணாவின் தந்தை அவளைக் கன்னத்தில் அறையாத குறையாக அதட்டிவிட்டார். அரை மணி நேர அதட்டலுக்கு தருணா அரை சொட்டுக் கண்ணீரால் பதில் சொல்லிவிட்டு அறைக்குள் சென்றுவிடுவாள். நான் பிறந்த முதல் சில நாட்களில்

என் தாயும் இப்படித்தான் சிரமப்பட்டார் என்று என் தந்தை அனுபவம் பேசினார். 'நான் ஒண்ணும் இப்படியெல்லாம் இல்லப்பா' என்று என் தாய் அடுத்த நிமிடமே அந்த அனுபவத்தில் ஆணி அடித்தார். இது எல்லாத் தாய்களுக்கும் ஏற்படுகின்ற ஒருவித மனப்போராட்டம் என்று தருணாவின் தந்தை வெப்பம் தணித்தார்.

நடுக்கூடத்தில் நின்று எல்லாரும் பேசிக்கொண்டிருந்த போது படாரென அறைக்கதவைத் திறந்துகொண்டு வந்தாள் தருணா. 'என் மனசுல இருக்கிறத உங்க எல்லார்கிட்டயும் சொல்லணும் – இது நான் ரொம்ப யோசிச்சு எடுத்த முடிவு' என்று தொடங்கினாள். அவளின் திடீர் வார்த்தைகளை உள்வாங்கத் தெரியாமல் எங்கள் செவிகள் திக்குமுக்காடி, பின் ஒரு நிலைக்கு வந்தன. 'என்னால அமலனுக்கு சந்தோஷத்த கொடுக்க முடியாது – குழந்தையப் பாத்துக்க எனக்கு எந்தத் தகுதியும் கிடையாது – அமலன் இன்னொரு பொண்ணக் கல்யாணம் பண்ணிக்கிட்டு சந்தோஷமா இருக்கட்டும் – என்னப் பத்தி யாரும் கவலப்படாதீங்க...' இந்த வாக்கியங்களை முடித்துவிட்டு மண்டியிட்டு தேம்பித் தேம்பி அழுதாள்.

திசை தெரியாமல் பறந்த ஒரு விமானம் நடுவீட்டில் விழுந்து நொறுங்கியதுபோல் இருந்தது. பெரியவர்கள் மூவரும் விழிவிரிந்து மொழிமறந்து போயினர். நான் அவள் அருகில் சென்று நேரெதிரே மண்டியிட்டேன். அள்ளி முடியாமல் ஆடிக்கொண்டிருந்த அவள் கூந்தல் ஒரு மெல்லிய சிறைபோலக் காட்சியளித்தது. அதற்குள் தெரிந்த இரண்டு கண்கள் இனம்புரியாத ஒரு தண்டனையை அனுபவித்துக்கொண்டிருந்தன. அவளை அழைத்துக்கொண்டு அறைக்குச் சென்று உறங்க செய்தேன். அன்றிரவே இரு வீட்டாரும் வந்தவழி திரும்பினார்கள்.

தருணாவை நீண்ட நேரம் தனிமையில் விடக்கூடாது என்பதை இன்றுதான் உணர்ந்தேன். மாலை ஐந்து மணி இருக்கும். தனி ராணுவம் உருவானதில் என்னுடைய பங்கு பற்றி ஒரு தொலைக்காட்சிக்குப் பேட்டி கொடுத்துவிட்டு வீடு திரும்பினேன். ஷூ இரண்டையும் கழற்றி அடுக்கில் வைத்தபோது அந்த சத்தம் எதிரொலிக்கும் அளவுக்கு வீட்டில் நிசப்தம். தருணாவின் ஓவியம் வரையப்படாத

கபிலன் வைரமுத்து | 113

காகிதத்தைப்போல வறண்டிருந்தது தொண்டை. குடிப்பதற்குக் கோப்பையில் தண்ணீர் ஊற்றியபோது அருவி விழுவதுபோலக் கொண்டாடிக்கொண்டே கொட்டியது. அந்தச் சூழ்நிலையில் அந்தக் கொண்டாட்டம் பிடிக்காததால் இரண்டாம் முறை ஊற்றும்போது ஜாடியைக் கோப்பைக்கு அருகில் வைத்து ஊற்றினேன். இரண்டு கோப்பை தண்ணீருக்குப் பின்தான் இரண்டு பேரையும் தேடின கண்கள்.

சிறிதுநேரம் கூடத்தில் அமர்ந்து காற்று வாங்கினேன். தருணா வரவில்லை. படுக்கை அறைக்குச் சென்று பார்த்தேன். அவள் இல்லை. அருகில் ஆடிய தொட்டிலும் காலியாக இருந்தது. சமையலறைக்குச் சென்று பார்த்தபோது ஜன்னல்வழி ஒரு அணில் வெளியேறிக்கொண்டிருந்தது. தோட்டத்து மேஜையில் அதிகாலை தேநீர் கோப்பைகள் கறை படிந்து கிடந்தன. ஒவ்வொரு அறையைக் கடந்தபோதும் மூளை வளைவுகளில் ஒரு சிவப்பு சிறகடிப்பு. சமையலறைக்கு அருகில் இருக்கும் வாஷிங் மெஷின் அறையைப் பார்க்க மறந்து பரபரப்பாக ஓடியபோது அந்த அறைக்கதவு ஆறேழு ஒளிக்கீற்றளவு திறந்திருந்தது. தருணா தரையில் அமர்ந்திருந்தாள். எல்லா விஞ்ஞான விதிமுறைகளின்படியும் நான் அழைத்தது அவள் செவியில் விழுந்திருக்கும். மீண்டும் அழைத்தேன். அவள் திரும்பவில்லை. பிரதீபனைக் காணவில்லை. அவள் வாஷிங் மெஷினையே இமைகொட்டாமல் பார்த்துக்கொண்டிருந்தாள்.

ஓடுவதற்கு என் கால்களில் சக்தியிருந்தது. இதயத்தில் இல்லை. ஒவ்வொரு அடியாக எட்டு வைத்து அவள் அருகில் சென்று நானும் அமர்ந்தேன். வாஷிங் மெஷின் ஓடி முடிந்திருந்தது. உள்ளே ஓர் இளஞ்சிவப்பு சுடிதார் கண்ணாடி வழியே எட்டிப்பார்த்துக்கொண்டிருந்தது. தண்ணீர் துளிகளும் கரையாத நுரைகளும் திட்டுத்திட்டாய்ப் படிந்திருந்தன. 'குழந்த எங்க?' நான் கேட்டது எனக்கே கேட்கவில்லை. வியர்வையைத் துடைத்துக்கொண்டு நான் எதற்கும் தயாராகிவிட்டேன். தருணா மெஷினைத் திறந்தாள். ஒவ்வொரு துணியையும் பிடித்திழுத்து அருகில் இருந்த வாளியில் திணித்தாள். எல்லா நிறச் சாயங்களும் என்னைச் சாகடித்துக்கொண்டிருந்தன. ஒரு புடவையை அவள் அதிவேகமாகப் பிடித்து இழுத்தபோது என் மடியில் ஒரு தலை

வந்து விழுந்தது. அது பிரதீபனுக்காக வாங்கிவைத்திருந்த பொம்மையின் தலை என்று தெளிவதற்கு நிமிடங்கள் ஆயின.

'இத ஏன் தோய்க்கப்போட்ட?' என்று கேள்வி கேட்கும் நிலையில் நான் இல்லை. பொம்மையின் கைகளையும் கால்களையும் கடைசி துப்பட்டாவில் இருந்து பிரித்தெடுத்தாள். மெஷின் கதவை மூடியவள் வலதுபுறத்தில் மூடியிருந்த கேஸ் சிலிண்டர் அறையைத் திறந்து அதில் ஓர் அழுக்கு சிலிண்டரில் செருகி வைக்கப்பட்டிருந்த பிரதீபனை உருவியெடுத்து அணைத்துக்கொண்டு படுக்கை அறைக்குள் சென்றுவிட்டாள். அவன், அழுகையை மறந்தவனைப்போல் காணப்பட்டான்.

34

எத்தனை அடையாளங்களைச் சொன்னாலும் அவளுக்கு நினைவில் இல்லை. நடு இரவில், தான் தனியாகத் தோட்டத்தில் நின்றுகொண்டிருந்தாள் என்பதை அவள் நம்பவில்லை. நேற்று தோட்டத்திலிருந்து அழைத்துவந்து எங்கள் படுக்கையில் சேர்த்தது இவளைத்தானா என்று என்னையே நான் சந்தேகப்படுகிறேன். அந்தக் கொழுத்த ராத்திரியில் அவள் கால்களில் ஏறிய சிற்றெறும்புகளைத் தட்டியபோது சிரித்தாள். ஒரு குழந்தையின் சிரிப்பைப்போல தொடங்கிய அதிர்வுகள் மெல்ல மெல்ல ஓங்கி அச்சத்தைக் கொடுத்தன. என்னை நானே தைரியப்படுத்திக் கொண்டு அதே தொனியில் சிரித்தேன். நூற்று அறுபது கிலோமீட்டர் வேகத்தில் முன்னேறிக் கொண்டிருந்த தன் சிரிப்பை சட்டென நிறுத்தி விட்டு 'வாங்க போலாம்' என்று கதவுக்கு எதிர் திசை நோக்கி என் கை பிடித்து அழைத்தாள். அவளைச் சரியான திசைக்குத் திருப்பி அழைத்து வந்ததில் சிரமம் இல்லை. ஆனால் அவள் அழைத்த திசை எனக்குப் புரியவில்லை.

இரவெல்லாம் விழித்திருந்ததால் இன்று பகலில் உறங்கிவிட்டாள். அவள் அருகில் இருந்த தொட்டிலில் தன் தாயின் உறக்கத்தை வேடிக்கை பார்த்துக்கொண்டே விரல்

சப்பிக்கொண்டிருந்தான் பிரதீபன். ஒரு நித்திரையும் அதன் சொப்பனமும் அருகருகே காட்சிப்படுத்தப்பட்டிருந்தன. இரண்டுக்கும் இடையே நிகழும் விபரீத விழிப்புகள் விரைவில் அடங்கும் என நானும் மெல்ல இமை சாய்ந்தேன்.

செய்தித் தொலைக்காட்சியின் சத்தத்தைக் குறைத்து வைத்திருந்தாலும் அதன் பரபரப்பு நான் கண்மூடிய சில நிமிடங்களில் என்னை எழுப்பிவிட்டது. ஒரு மைக்கைப் பிடித்துக்கொண்டு பெண் நிருபர் ஒருவர் அலறிக்கொண்டிருந்தார். அது சென்னை திநகரில் ஒரு ஸ்டார் ஓட்டல் வாசல். அரசியல் வட்டாரத்தில் ஒரு நாடகக் காட்சி கிடைத்துவிட்டால் அதை ஆயிரம் முறை ஒளிபரப்பி டி.ஆர்.பி ஏற்றுவது இவர்கள் பழக்கம். ஆனால் ஒளிபரப்பாகிக்கொண்டிருந்தது நாடகத்தின் ருத்ரதாண்டவமோ எனத் தோன்றியது.

ஓட்டலில் ஒரு கான்பரன்ஸ் அறை. மிகப்பெரிய தொழிலதிபர்களைப் போலவும் அதிகாரிகளைப் போலவும் காட்சியளிக்கும் சிலர் ஒரு வட்ட மேஜை கலந்துரையாடலில் ஈடுபட்டிருக்கிறார்கள். ஒருமுகப்பட்ட ஒரு பூகம்பம் புகுந்ததுபோல ஒரு கதவு மட்டும் உடைந்து தெறிக்கிறது. அதன் வழி ராணுவ வீரர்கள் கையில் துப்பாக்கிகளோடு நுழைகிறார்கள். ஒரு விநாடியும் தாமதிக்காமல் வட்டமேஜை சுற்றி சரமாரியாகச் சுடுகிறார்கள். நாற்காலிகளிலிருந்து அதிர்ந்து எழுந்தவர்களின் கழுத்தில் குண்டு பாய்ந்து தலைகள் துண்டிக்கப்பட்டு வட்டமேஜையில் உருண்டு தரையில் விழுகின்றன. அந்தத் தலைகள் டி.வி கண்ணாடியை உடைத்துக்கொண்டு என் கால்களில் வந்து விழுந்தது போன்ற உணர்வைக்

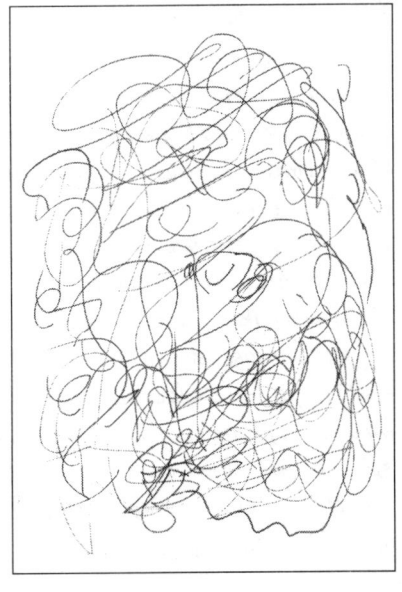

கொடுத்தன. என்னையும் அறியாமல் தரையில் வைத்திருந்த கால்களைத் தூக்கி குஷன் நாற்காலிக்குள் மடித்துக்கொண்டேன். ஒரு பக்கம் இந்தக் காட்சிகள் மீண்டும் மீண்டும் ஒளிபரப்பாக இன்னொரு பக்கம் ஒரு சின்ன சதுரத்துக்குள் ஒருவர் செய்தி விளக்கம் கொடுத்திருந்தார்.

கடந்தவாரம் தருமபுரி மாவட்டத்தில் நூற்று ஒன்பது விவசாயிகள் தற்கொலை செய்துகொண்டனர். தொழிற் சாலைகளில் செயற்கைமுறையில் தயாரிக்கப்படும் உரவகை களையும் பூச்சிக்கொல்லி மருந்துகளையும் வாங்கிப் பயன்படுத்தும் வசதி இல்லாதவர்கள் அவர்கள். அதைத்தான் தங்கள் சுற்றுப்புறத்தில் கடைசியாகப் புலம்பியிருக்கிறார்கள். இறந்தவர்களின் உடல்களுக்கு மாவட்ட துணைத் தளபதிகள் மலர்வளையம் வைத்தபோது தவுலத் உடன் இருந்தார். 'எங்கள் வருத்தத்தைத் தெரிவித்துக்கொள்கிறோம். விரைவில் ஒரு தீர்வு காண்போம்' என்று உறுதியளித்தார். இரண்டு நாட்களில் இயற்கை விவசாயத்துக்கு ஆதரவாகச் சட்டமன்றத்தில் தீர்மானம் நிறைவேற்றினார்கள். அதில் இயற்கைமுறை விளைபொருட்களை உற்பத்தி செய்பவர்களுக்கும் அவற்றைக் கொள்முதல் செய்பவர்களுக்கும் சிறப்பு சலுகைகள் வழங்கப்படும் என அறிவித்திருந்தார்கள்.

'Glyphosphate, Glufosinate, Malathion போன்ற ரசாயனங் களைப் பயன்படுத்துவது மூலம் பிறவி ஊனங்கள் ஏற்படுகின்றன. எந்தவிதச் செயற்கை உர மருந்துகளையும் வாங்காமல் விவசாயம் செய்யும் முறையைச் செயல்படுத்த ஒவ்வொரு மாவட்டத்திலும் 'விவசாயப் பயிற்சிப் பிரிவு' அமைக்கப்படும். ஐம்பது ஆண்டுகளுக்குமுன் நின்றுபோன நம் பாரம்பரிய விவசாயமுறைகள் மீண்டும் நடைமுறைப்படுத்தப்படும். இதனால் விவசாயிகளின் செலவில் மூன்றில் ஒரு மடங்கு குறையும் உணவின் சத்துப்பொருட்களை மீட்டெடுக்க முடியும் இதயநோய்களைத் தவிர்க்கும் மெக்னீஷியம் 138% பெருகும். சர்க்கரை நோயிலிருந்து காக்கும் குரோமியம் 78% பெருகும். சர்வதேச ரசாயன ஆலைகள் தங்கள் அரசியல் பலம் மூலம் உணவு பொருட்களில் 'chemical acceptance level' என்ற அனுமதி அளவை அடிக்கடி உயர்த்தி வியாதிகளை விற்று வாணிபம் நடத்தும் கொடுமை முடிவுக்கு

வரும். ஒரு மாவட்டத்துக்குத் தேவைப்படும் குறைந்தபட்ச செயற்கை உரங்களை ஆலைகளிலிருந்து அரசாங்கமே நேரடியாக வாங்கி அதைத் தகுந்த பரிசோதனைக்குப்பின் விவசாயிகளுக்கு வினியோகிக்கும். தொடக்கத்தில் ஓர் உணவுப் பற்றாக்குறையை நாம் சந்திக்க நேரலாம். அது நம் வாழ்நாள் இனிப்பதற்கான சத்திய பத்தியம் என்பதைப் பொதுமக்கள் புரிந்துகொள்ள வேண்டும்.' தீர்மானம் நிறைவேற்றிய மறுநாள் கருணாகரன் வெளியிட்ட அறிக்கை இது.

அரசாங்கத்தின் இந்தப் புதிய முயற்சிகளை எதிர்த்து நடவடிக்கை எடுக்க ரசாயன ஆலை சங்கம் தங்கள் வெளிநாட்டுப் பிரதிநிதிகளோடு தி.நகர் ஓட்டலில் கூடியிருக்கிறார்கள். அவர்கள் ஒன்றுகூடி தங்கள் கண்ணாடிக் கோப்பைகளிலிருந்து ஒரு சொட்டு நீர் பருகுவதற்குள் பல சொட்டு ரத்தத்தால் அந்த அறை சிவந்துவிட்டது. 'பொதுமக்களின் நலனுக்கு எதிராகவும் அரசாங்கத்தின் தொலைநோக்குப் பார்வைக்கு எதிராகவும் ஈடுபடுபவர்கள் யாராக இருந்தாலும் மன்னிக்கப்பட மாட்டார்கள். சமூகம் இயங்கவேண்டிய களங்களை நிறுவன அதிகார வர்க்கம் (corporatocracy) நிர்ணயம் செய்வதை ஒருபோதும் அனுமதிக்கமாட்டோம்' என்று அரசு செய்திக் குறிப்பு வெளியிட்டிருக்கிறது.

ஒரு வெள்ளை இறகை ஊதி ஊதி விளையாடிக்கொண்டிருக்கும் குழந்தை தப்பித்தவறி அதைத் தலைமைச் செயலகத்தின் எதிர்த் திசையில் ஊதினாலும் மரணதண்டனை விதிக்கப்படுமோ என்று பயமாக இருக்கிறது. இது சரி என்று வாதாடுகிறவர்களையும் தொலைக்காட்சியில் பார்க்கிறேன். பொதுமக்கள் என்ன மனநிலையில் இருக்கிறார்கள் என்பதைக் கணிக்க முடியவில்லை. 'நாளை' நிறுவனர்களைத் தொடர்புகொள்ளவும் எனக்கு விருப்பமில்லை.

சுடப்பட்டவர்கள் பற்றி நடுவண் அரசு தமிழக அரசிடம் விளக்கம் கேட்டிருக்கிறது. அந்த செய்தித்தொகுப்பைப் பார்த்து முடித்ததும் ஏனோ எங்கள் திருமண ஆல்பத்தைத் திறந்து பார்க்கத் தோன்றியது. தருணாவின் இதமான புன்னகைக்கு இதயம் ஏங்கியது.

❖❖❖

35

தனி ராணுவ எழுச்சி, தருணாவின் குழப்பங்கள், அலுவலக முடக்கம், அணையாத தனிமை – எல்லாவற்றிலுமிருந்து விடுபட்டு ஒருநாள் முழுவதும் பிரதீபனோடு தவழவேண்டும் போல் இருந்தது. பருவத்தின் இரண்டாம் நாள் மழையைப்போல பரிசுத்தமாய்ச் சிரித்துக் கொண்டிருந்தவனை உடலில் ஊற்றிக்கொண்டு புறப்பட்டுவிட்டேன். லலிதாவை வரவழைத்து தருணாவை பார்த்துக்கொள்ளச் சொன்னேன். பிரதீபனை உள்ளடக்கிய இளம்பஞ்சுப் பையை தோளில் மாட்டிக்கொண்டு என் மார்புக்குக் கீழே அவனை பத்திரப்படுத்தினேன்.

பால் புட்டியை நிரப்ப மறந்திருந்தேன். ரிலையன்ஸ் கடையில் அவனுக்குப் பாலும் எனக்குக் கொஞ்சம் பிஸ்கெட்டுகளும் வாங்கிக் கொண்டு அந்த நிமிடம் மனத்தில் தோன்றிய இடங்களுக்கெல்லாம் காரைச் செலுத்தினேன். நகரத்தில் இருக்கும் ஒவ்வொரு பூங்காவையும் சுற்றிப்பார்க்க முடிவுசெய்தேன். எல்லா ஷாப்பிங் சென்டருக்கும் அலைந்து திரிந்து வெளிவர விரும்பினேன். பசுமையின் பரவசத்தையும் நவநாகரிக அடையாளங்களையும் பிரதீபனுக்கு அறிமுகப்படுத்த ஆயத்தமானேன்.

ஒவ்வொரு அனுபவத்தையும் அவன் சந்திக்கும்போது அவனுடைய குறைந்தபட்ச முகபாவனைகள் எனக்குள் பதிவாகிக்கொண்டே வந்தன. நந்தனம் சந்திப்பில் போக்குவரத்து நெரிசலின் இரைச்சல் தொகுப்பு அவனை அச்சத்தோடு அழச்செய்தது. கடையின் பில் கவுண்டர் வரிசையில் நின்றிருந்தபோது மூதாட்டி ஒருவர் இவன் கன்னம் கிள்ளினார். அதிர்ந்துபோய் என் மடிப்பையில் ஒளிந்துகொண்டான். அவர் எட்டிப் பார்த்தபோது இவன் வெட்கப்பட்டான். சாலையோரச் சுவர்களில் எழுதப்பட்டிருந்த ஓவியங்களை ஆராய்ச்சி செய்துகொண்டிருந்தான். ஐ.ஐ.டி. வளாகத்தில் சாலையின் குறுக்கே மெல்ல நகர்ந்த மான்களைப் பார்த்தபோது நீண்ட நாட்களுக்குப்பின் தன் உறவினர்களைச் சந்தித்ததுபோல கண்கள் துள்ளினான். செம்மொழிப் பூங்காவில் சில பூக்களுக்கு ஹலோ சொல்லச் சொன்னேன். அடித்தொண்டையிலிருந்து ஏதோ ஒலி எழுப்பினான். ஒருவேளை அதுவே பூக்களின் மொழியாக இருக்கலாம். பூங்கா புல்வெளியில் ஒருவன் அடர்ந்த தாடியோடு உறங்கிக்கொண்டிருந்தான். புல்வெளியைவிட அவன் தாடி அடர்த்தியாக இருந்தது. அதைப் பார்த்த பிரதீபன் 'ஓ'வென அழத் தொடங்கிவிட்டான். தூரத்தில் ஒரு வெள்ளை ஆடு மேய்ந்துகொண்டிருந்தது. அதைச் சுட்டிக் காட்டினேன். அருகில் அழைத்துச் செல்லும்படி கை நீட்டினான். அருகில் சென்று பார்த்தபோதுதான் அந்த ஆட்டுக்கும் தாடி இருந்தது தெரிந்தது. இந்தமுறை பிரதீபன் அழவில்லை. மாறாக முழுக்க சவரம் செய்யப்பட்ட என் தாடையைத் தடவிப் பார்த்தான்.

எழும்பூர் கடைகளில் சில கலைப்பொருட்களைக் காட்டினேன். ஐந்து நிமிடங்களுக்குள் பொறுமை இழந்து விட்டான். நுங்கம்பாக்கத்தில் இருக்கும் பொம்மைக் கடையில் தவழவிட்டேன்.

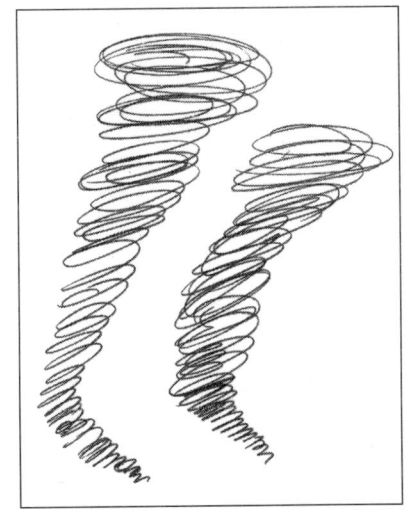

கபிலன் வைரமுத்து

அங்கே குவித்து வைத்திருந்த பஞ்சு பொம்மைகளுக்குள் புகுந்து புதைந்துகொண்டான். ஒருசில விநாடிகள் அவன் எங்கிருக்கிறான் என்றே கணிக்க முடியவில்லை. அழுகை சத்தம் மட்டும் கேட்டுக்கொண்டு இருந்தது. தவழும் உயரத்துக்கு இறங்கிப் பார்த்தேன். ஒரு முக்காலியில் அவன் கால்கள் மாட்டிக்கொண்டிருந்தன. அழுததற்கு அது மட்டும் காரணமில்லை. குரங்கின் வால், கரடியின் காதுகள், யானையின் தும்பிக்கை, கழுதையின் மூக்கு – எல்லாம் சொட்டச் சொட்ட நனைந்திருந்தன. டயபர் மாற்றியதும் அழுகை நின்றது. சூழ்நிலையின் இன்பங்களை இடைவிடாமல் ஏற்றுக்கொண்டு சிரிப்பதும் – துன்பங்களுக்குத் தாமதமின்றி மனம் திறந்து அழுவதுமாய் இருந்தான்.

நாங்கள் இருவர் மட்டும் சென்றுவந்தோம் என்று உறுதியாக என்னால் சொல்லமுடியவில்லை. பிரதீபனையும் தருணாவையும் இருவேறு உருவங்களாகப் பிரித்துப் பழகவில்லை.

36

'Wanna chat with you in person, shall we coffee somewhere?' எத்தனையோ மாதங்களாய் என் செல்போனில் லலிதாவின் எண் பதிவாகி யிருந்தாலும் – அவளிடமிருந்து வந்த முதல் எஸ்.எம்.எஸ் இதுதான். அவள்மீது நான் வைத்திருந்த மதிப்பு காரணமாக என் அலுவல் களை வேகமாக முடித்துக்கொண்டு உடனே அழைத்தேன். இருவரின் அலுவலகத்துக்கும் மத்தியில் இருக்கும் ECR தாபா ரெஸ்டா ரண்டில் மாலை ஏழு மணிக்கு சந்தித்தோம்.

நடைபெற்றுக்கொண்டிருக்கும் தனி ராணுவ ஆட்சியைப் பற்றி விலா எலும்பற்ற தன் விமர்சனங்களை முன்வைத்தாலும் நான் பிரதீபனோடு இருந்த அதே நாளில், தான் தருணாவோடு கழித்த பொழுதுகள் பற்றிப் பேசுவதற்குத்தான் என்னை அழைத்திருக்கிறாள் என்பதை சூப் வருவதற்கு முன்பே கணித்து விட்டேன். கேள்விகள் என்னவாக இருக்கும் என்பது தெரியாமலேயே பதில்களைத் தயாரித்துக்கொண்டேன்.

அவளின் முதல் கேள்வியே என் வார்த்தை கள் முழுவதையும் பிடுங்கிக்கொண்டது. தருணா வோடு நான் கடைசியாக எப்பொழுது உடலுறவு

கொண்டேன் என்பதை எந்தவொரு தயக்கமுமின்றிக் கேட்டுவிட்டு கன்னத்தில் கைவைத்துக்கொண்டு என் கண்களையே பார்த்தாள். நான் யோசிப்பதை அவள் பார்த்துக்கொண்டிருக்கிறாள் என்பதே எனக்கு வெட்கமாக இருந்தது. 'நீண்ட நாட்கள் இருக்கும் – ஏன்?' என்று முகம் சுருக்கினேன். 'I think she wants to be touched...' ஆங்கிலக் கவசத்தோடு மனம் திறந்தாள்.

தருணாவின் நடவடிக்கைகள் தனக்கு இந்தத் தேவையைப் புரியவைத்ததாகச் சொன்னாள். தலையைக் கோதுவதும் தோளில் சாய்ந்துக்கொள்வதும் ஆறுதலைக் கொடுக்கும் ஆனால் மென்மையான உடலுறவால் மட்டுமே ஓர் இளம்பெண் முழுமையான இணக்கத்தைப் பெற முடியும் என்று பாடம் எடுக்கத் தொடங்கிவிட்டாள். தருணாவைத் தவிர வேறொரு பெண்ணிடம் நான் பகிர்ந்துகொள்ளாத ஒலியலைத் தகவல்களை லலிதா முன்வந்து படிக்க முயற்சித்தாள்.

ஒரு தோழி என்ற அக்கறையில்தான் அவள் பேசிக் கொண்டிருந்தாள் என்றபோதும் என்னால் இயல்பாக இருக்க முடியவில்லை. 'ஆஃபீஸ் எப்படி இருக்கு?' என்று மூன்றாவது முறையாக நான் உரையாடலின் உச்சியிலிருந்து குதிக்க முயன்றபோது அவளுக்குப் பெருங்கோபம் வந்துவிட்டது. 'ஒனக்குக் கொஞ்சம்கூட அறிவில்லையா? இது ரொம்ப சீரியஸ் அமலன்...' ஒரு பணியாளர் வந்து எங்கள் மேஜையில் தந்தூரி சிக்கனைத் தரையிறக்கியதைக்கூடக் கண்டுகொள்ளாமல் அவள் அலறினாள். அதற்குப்பின் அவள் பேசிய ஒவ்வொரு வாக்கியமும் இடிகளை மடியில் சுமக்கும் ஓர் இரவை என் எண்ணத்தில் ஏற்றிவைத்தன.

எனக்கு தருணாவை பிடிக்காமல் போய்விட்டது என்று தருணாவே கற்பனையை வளர்த்துக்கொண்டிருக்கிறாள். இதைச் சொல்லி அழுதுகொண்டிருந்தபோது லலிதா ஆறுதல் கூறியிருக்கிறாள். உடனே தருணா லலிதாவிடம், 'நீ ஏன் அமலனைக் கல்யாணம் பண்ணிக்கக் கூடாது?' என்று கேட்டிருக்கிறாள். தருணா விளையாட்டுக்கு உளறுகிறாள் என்று நினைத்த லலிதா பதில் சொல்லாமல் சிரித்திருக்கிறாள். 'அமலன் ரொம்ப நல்லவர் – நான் அவருக்குப் பொருத்தமே இல்ல –

உன்ன மாதிரி ஸ்மார்ட்டான ஒரு பொண்ணத்தான் அவர் கல்யாணம் பண்ணிருக்கனும் – இப்பவும் ஒண்ணும் தாமதமில்ல என்ன சொல்ற லலிதா?' என்று தருணா அடுக்கிக்கொண்டே போனதும் லலிதாவுக்குத் தலை சுற்றியிருக்கிறது. தன்னைக் கட்டுப்படுத்திக்கொண்டு தருணாவை அதட்டி உலுக்கி யிருக்கிறாள். அவள் இவள் கைகளை உதறிவிட்டுக் கதறி அழுதிருக்கிறாள். 'இத மட்டும் என் கணவர் கேட்டார்னா இனிமே இந்த வீட்டுப் பக்கமே என்னால வர முடியாது தருணா – தயவுசெய்து இன்னொரு தடவ இப்படி நினைச்சுக்கூடப் பாக்காத...' லலிதாவும் உணர்ச்சிவசப்பட்டிருக்கிறாள்.

இந்தச் சம்பவத்தை அவள் விளக்கி முடித்ததும் மின்சாரம் நின்றுபோனது. பணியாளர் எங்கள் மேஜையில் ஒரு மெழுகுவர்த்தியை ஏற்றிவைத்தார். 'I am terribly sorry Lalitha' – என் குரல் நடுங்கியபோது 'கரண்ட் கட்டானதுக்கு நீ என்ன பண்ண முடியும் அமலன்?' என்று கைகட்டிக்கொண்டு சிரித்தாள்.

தருணாவைக் கடற்கரைக்கு அழைத்துச் சென்றபோது இரண்டுமுறை அவள் மயங்கி விழுந்திருக்கிறாள். தண்ணீர் தெளித்து எழுப்பி விசாரித்தபோது தான் பயங்கரமான சில காட்சிகளைக் கண்டதாக லலிதாவிடம் சொல்லியிருக்கிறாள். கரையில் கால் நனைக்க மறுத்திருக்கிறாள். தான் மிகவும் விரும்பும் சோன்பப்படி வண்டி வந்தபோது துளியளவும் இவள் ஆர்வம் காட்டவில்லை. இதற்கு முன்னால் ஒருமுறை தருணாவுடன் கடற்கரைக்குச் சென்றபோது என்னவெல்லாம் நடந்தனவோ முற்றிலும் அதற்கு நேர்மாறான அனுபவங்களோடு திரும்பிவந்ததாக லலிதா நினைவாராய்ந்து சொன்னாள். அருவியைப் பேசவிட்டுக் கேட்கும் பாறையைப்போலக் கடைசிவரை நான் மௌனமாகவே இருந்துவிட்டேன். அந்த மௌனத்துக்கு வலிக்காமல் என் கைகளில் தன் கைகளை வைத்து 'எல்லாம் சரியாகிவிடும்' என்பது போலக் கண் ஜாடை செய்தாள்.

நாங்கள் பேசிக்கொண்டிருந்தபோது லலிதாவின் செல்போன் தொடர்ச்சியாக அதிர்ந்துகொண்டே இருந்தது. எதற்குமே அவள் பதில் சொல்லவில்லை. எனக்கு ஒரு அழைப்பும் வரவில்லை.

ஆனால் அலுவலகப் பணிகள் தொடர்பான சில அழைப்புகளை நான் எதிர்பார்த்துக்கொண்டிருந்தேன். இதுதான் தருணாமீது நான் வைத்திருக்கும் அக்கறைக்கும் லலிதா வைத்திருக்கும் அக்கறைக்கும் வேறுபாடு எனத் தோன்றியது.

எந்த ஒட்டுதலும் இன்றி திடீரெனத் தோன்றி அறிவுரை வழங்கிப்போகும் சில உறவினர்களைப் போலவோ நண்பர்களைப் போலவோ லலிதாவைக் கருதமுடியவில்லை. எங்கள் மொட்டைமாடியில் அவளுக்கும் ஒரு நாற்காலி இருக்கிறது என்பதை உணர்ந்திருக்கிறேன். மதிக்கிறேன்.

37

நீண்ட நாட்களுக்கு பின் ஒரு பெரிய டீல் கையெழுத்தாகியிருக்கிறது. என் அலுவலகம் மீண்டும் சுறுசுறுப்பாகியிருக்கிறது. தருணாவைத் தனியாக விட மனமில்லாமல் பெரும்பாலும் வீட்டில் இருந்துகொண்டே நிர்வகித்துக் கொண்டிருக்கிறேன். நானே அவளைச் சிறைப் படுத்தி வைத்திருப்பதைப்போல என்னை விடுதலை வேட்கையுடன் பார்ப்பாள். அது என்னை ஊடுருவாமல் ஊதிவிடுவேன். ஆனால் அவளையும் குழந்தையையும் அழைத்துக்கொண்டு தினம் மாலை ஐந்து மணிக்கு போட் கிளப் சாலையில் வாக்கிங் செல்கிறேன். எங்கு சென்றாலும் புதிதாகப் பொறுப்பேற்றுள்ள பணிகளைப் பற்றித்தான் சிந்தித்துக்கொண்டிருக்கிறேன்.

கடந்தவாரம் திடீரென வீட்டு ஜன்னல் கண்ணாடிகள் சிவந்தன. கதவைத் திறந்து பார்த்தபோது சைரன் பொருத்திய நான்கு ஜீப் வண்டிகள் ஒன்றன்பின் ஒன்றாக நின்று கொண்டிருந்தன. ராணுவ வீரர்கள் சிலர் முதல் ஜீப்பிலிருந்து இறங்கி பாதுகாப்பு வளையம் அமைத்தனர். பின் இரண்டாம் ஜீப்பிலிருந்து ஆனந்தன், தவுலத், பாலா, சாலமன் ஆகியோரும், மூன்றாம் ஜீப்பிலிருந்து இம்ரான், கருணாகரன்,

சத்யா ஆகியோரும் நிதானமாக இறங்கி என்னைப் பார்த்துக் கை அசைத்தனர். மற்ற எல்லா வீடுகளின் பால்கனியிலிருந்தும் பலப் பல தலைகள் எட்டிப்

பார்த்துக்கொண்டிருந்தன. ஆனால் இந்த ஏழு பேரும் வேறு யாரையும் கண்டுகொள்ளவில்லை. வாசலில் நின்று கொண்டிருந்த என்னிடம் 'நாங்க உள்ள வரலாமா?' என்று கருணாகரன் கேட்டார். மூன்று ஜீப்பில் இத்தனை வீரர்களோடும் துப்பாக்கிகளோடும் வந்தவர்கள் இப்படி ஒரு கேள்வி கேட்டுக் காத்துக்கொண்டிருந்தது ஓர் அநாகரிகமான நாகரிகம்போலத் தோன்றியது. சிரித்துக்கொண்டே வரவேற்றேன்.

ஏன் 'நாளை' என்ற பெயரைப் பிரபலப்படுத்தவில்லை என்பது தான் என் முதல் சந்தேகம். அவர்களை அமரச் சொல்வதற்குள் அதைக் கேட்டுவிட்டேன். நான் சொல்லாமலே நாற்காலிகளை இழுத்துப்போட்டு அமர்ந்ததும் பதில் சொன்னார்கள். ஒரு நிறுவனத்தின் பெயரால் அழைக்கப்பட்டுவிட்டால் இந்தச் சமூக மாற்றம் பொதுவுடைமையை இழந்துவிடும் என்றார் தவுலத். தங்களின் திட்டங்களும், கொள்கைகளும், தொலைநோக்குப் புரிதல்களும் ஆட்சியாளர் வட்டம் தாண்டி மக்கள்மயம் ஆகவேண்டும் என்பதால் தாங்கள் புதிதாக ஒரு State Development Campaign (SDCU) தொடங்கப் போவதாகவும் அதற்கு நான் Campaign Manager ஆகச் செயல்பட வேண்டும் என்றும் கேட்டுக்கொண்டனர். தலைமைச் செயலகத்தில் ஒரு தனி அலுவலகம் அமைக்கவும் அனுமதி வழங்கியிருக்கிறார்கள். தனி ராணுவத்தின் திசையை நோக்கி பொதுமக்கள் சிந்தனை உத்வேகம் பெறவேண்டும் என்பது எண்ணம். SDCUவின் முதல் ஆண்டு வரைவை எனக்கு மின்னஞ்சல் செய்திருக்கிறார்கள். முன்பணமாக இருபது லட்சம் வழங்கியிருக்கிறார்கள். என்மீது அவர்கள் வைத்திருக்கும் நம்பிக்கைக்கு என்றும் நன்றியுள்ளவனாக இருக்க ஆசைப்படுகிறேன்.

வீட்டுக்கு வந்தவர்களை உபசரிக்க தருணாவை அழைத்த போது அவள் வரவில்லை. புத்தகம் படித்துக்கொண்டிருந்தாள். இரண்டு நாட்களாக எதுவுமே சாப்பிடாத அவளால் ஒரு வரியைக்கூடப் படிக்க முடியாது என்பது தெரிந்தும் அவள் நடிப்பைப் பொருட்படுத்தாமல் வந்தவர்களுக்கு நானே தேநீர்

தயார் செய்தேன். பிரதீபனை அழைத்துவந்து நடுக்கூடத்தில் இருந்த தொட்டிலில் கிடத்தினேன். தேநீர் பருகிக்கொண்டிருந்த ஏழ்வரும் தங்கள் கோப்பைகளை அப்படியே தரையில் வைத்துவிட்டு தொட்டில் அருகில் சுற்றி நின்று பிரதீபனை உற்றுப்பார்த்து சிரித்தார்கள். தன்னைச் சுற்றி தமிழ்நாட்டின் முக்கியத் தலைவர்கள் நின்றுகொண்டிருப்பதைப் பற்றிக் கவலைப்படாமல் அவன் கால்மேல் காலிட்டு ஆமை பொம்மையை உருட்டிக்கொண்டிருந்தான். சத்யா அவன் நெற்றியை வருடிக்கொடுத்தார். பிரதீபனிடமிருந்து கையளவு மென்மையைக் கடன் வாங்கியவர்களைப்போல ஏழு பேரும் மென்சிரிப்புடன் நாற்காலிகளில் அமர்ந்தனர்.

யாருமே எதிர்பாராத விதமாய் காற்றைக் கொலை செய்து கதவு திறந்தாள் தருணா. கூந்தலை அவள் அள்ளி முடித்திருந்தாலும் வெளிநடப்பு செய்திருந்த ஒரு சில தலைமுடிக் கற்றைகள், கண்களை மறைத்துக்கொண்டிருந்தன. என் மனைவி என்று நான் அறிமுகப்படுத்துவதற்குள் அவள் காலியான தேநீர் கோப்பைகளை கையில் வைத்திருந்த தட்டில் அடுக்கி முடித்துவிட்டாள். அவர்களைப் பார்த்தாள். பத்து விநாடிகள் தொடர்ந்து பார்த்தாள். சாலமன் சொன்ன வணக்கத்தைத் தன் கண்களால் நசுக்கிவிட்டு சமையலறைக்குள் புகுந்துவிட்டாள். 'She is bit unwell' என்று நான் வருத்தம் தெரிவித்தபோது பிரதீபன் சத்தம்போட்டுச் சிரித்தான்.

அந்தச் சம்பவத்திலிருந்து அந்தச் சூழலைத் திசை திருப்ப தவுலத் சில பொதுவான இலக்குகளைப் பற்றி பேசத் தொடங்கினார்.

பிற உலக நாடுகளுக்குத்தான் இந்தியாவின் ஆராய்ச்சி அறிவு பெரிதும் பயன்படுகிறது. அதற்குக் காரணம் நம் நாடு தன் நிதித் தொகுப்பில் ஒரு சதவிகிதத்தைத்தான் ஆராய்ச்சிக்கு செலவிடுகிறது. அந்த மனிதவளத்தைத் திசை திருப்பவேண்டும். வருடம் ஒன்றுக்கு நான்கு லட்சம் டன் மின் எந்திரக் கழிவுகள் (e-waste) சேருவதாகக் கணக்கிடப்பட்டிருக்கிறது. இதைச் சீர்செய்ய உற்பத்திக் கொள்கையில் மாற்றம் தேவை. புதிய சட்டங்கள் தேவை. நம் அரசியல் சட்டத் திருத்த முறை தென் ஆப்பிரிக்க வடிவத்தைப் பின்பற்றுகிறது. மாறிவரும் இந்தியச் சமூகத்துக்குப் பொருந்தும் வண்ணம் அதில் மாற்றங்கள் வேண்டும் என்று

நாற்காலியில் அமர்ந்து மேடையில் பேசிக்கொண்டிருந்தார். அவருடைய தகவல்கள் எவையும் என்னை ஈர்க்கவில்லை. உணர்ச்சியை மட்டும் உள்வாங்க முடிந்தது.

அரசாங்கத்தோடு நெருங்கிய தொடர்பில் இருக்கப் போவதால் என் வீட்டுக் காவலுக்கு இரு ராணுவ வீரர்களை நியமித்திருக்கிறார்கள்.

SDCU பற்றி விளக்கினார்கள். என்னோடு யாரெல்லாம் பணியாற்றவிருக்கிறார்கள் என்பதையும் புதிதாக எனக்கு அவர்கள் உருவாக்கியிருக்கும் டிசைன் ஸ்டூடியோ பற்றியும் கலந்தாலோசித்தார்கள்.

சாலமன் என் அருகில் வந்து ஆழ்குழித் தொனியில் பேசினார்.

'தமிழ்நாட்டில் அர்த்தமற்ற ஓர் அச்சம் நிலவுகிறது. அதை நீக்கவேண்டும். அமைந்திருப்பது மக்களின் ஆட்சி – தலைமைச் செயலகத்தில் வீற்றிருப்பது இளைஞர்களின் நீண்ட நாள் ஆதங்கம் என்பதை வலியுறுத்தவேண்டும். தமிழகத்துக்கு, மாற்றத்தின் புன்னகை மலர்ந்திருப்பது புரியவேண்டும். இந்த ஆட்சி இந்தச் சமூகத்தின் மகிழ்ச்சிக்காக எழுந்த ஒன்று என்ற உணர்வு வளர வேண்டும். தமிழ்நாட்டின் பல்வேறு பகுதிகளில் சமூகவிரோதக் கொள்கைகளோடு பல இயக்கங்கள் உருவாகிக்கொண்டிருப்பதாக உளவுத்துறை எச்சரித்திருக்கிறது. அவை நம் ஆட்சிக்கு எதிரான புதிய தனி ராணுவப் படைகளாக இருக்கலாம். இந்தச் சமூகக் குறைகளுக்கு SDCU ஒரு மருந்தாகச் செயல்படவேண்டும்' என்று சாலமன் என் தோளில் தட்டிக்கொடுத்தார்.

(இன்று காலையில் எழுந்து பார்த்தபோது நேற்று எழுதிய கடைசி வாக்கியத்தில் தமிழ்நாடு என்று குறிப்பிடுவதற்கு பதிலாக தருணா என்று தவறாக எழுதியிருந்தேன். வைட்நர் வைத்து அதைத் திருத்துவதற்கு முன் முந்தைய சில வாக்கியங்களிலும் அதே தவறைக் கற்பனை செய்தேன். ஒரு சில மாற்றங்களைச் செய்தால் இரண்டு படிவங்களுக்கும் கிட்டத்தட்ட ஒரே Molecular structure.)

◊◊◊

38

மருத்துவத்தின்மீது எனக்குப் பெரிய நம்பிக்கை இல்லை. ஆனால் தருணாவை இனியும் மருத்துவப் பரிசோதனைக்கு உட்படுத்தாமல் இருப்பது தவறு என்பதை உணர்ந்துகொண்டேன். மனநல மருத்துவர் பாரிதாஸ் லலிதாவின் குடும்ப நண்பர். அவருடைய க்ளினிக் சுவர்களில் மகிழ்ச்சியை ஏற்படுத்தும் படங்களும் வாசகங்களும் மட்டுமே தென்பட்டன. அருவி வீழ்ச்சி, சைக்கிள் குழந்தை, விதவிதமான பாவனைகளில் விமானப் பணிப்பெண்கள், பெண்ணின் மணிக்கட்டில் முத்தமிடும் ஆண், தேங்காயை உருட்டி விளையாடும் குரங்குக் கூட்டம் என்று அடுக்கிக்கொண்டே போகலாம். அந்தப் படங்களைக் கண்டு ரசிக்கவே அடிக்கடி சென்றுவரவேண்டும் எனத் தோன்றியது. அவையெல்லாம் அந்த மருத்துவரே எடுத்த புகைப்படங்கள் என்று லலிதா சொல்லித்தான் தெரியும்.

தன்னை நாடி வரும் பார்வையாளர்களிடம் நீண்டநேரம் குறை கேட்கிறார். அந்த அனுபவங்களை உள்வாங்கிக்கொண்டு ஒரு சில கேள்விகள் எழுப்புகிறார். மருந்து எழுதுவதற்கு முன் தன் பெட்டியைத் திறந்து அதில் குவிந்திருக்கும் பல புகைப்படங்களிலிருந்து ஒன்றிரண்டைத்

தேர்ந்தெடுத்து பாதிக்கப்பட்டவர்களுக்குப் பரிசளிக்கிறார். தேவைக்கேற்ற புகைப்படம் இல்லையெனில் ஒரு வாரத்தில் புதிய படங்கள் எடுத்து பார்வையாளர்

வீட்டுக்கு அனுப்பி வைக்கிறார். பலருக்கு ஒன்றோ இரண்டோ படங்கள் தருபவர் ஒரு சிலருக்கு ஒரு ஆல்பமே தயார் செய்துகொடுக்கிறார். paridas.picasaweb.google.com என்ற தளத்தில் இவரது பெரும்பாலான புகைப்படங்களைக் காணமுடிகிறது. இந்தப் புகைப்படங்கள்மீது அளவிலா நம்பிக்கை வைத்திருக்கிறது இவருடைய உளவியல் மருத்துவம். பார்வையாளர்களைப் புரிந்துகொண்டு தன் கேமிராவால் மருந்து தயாரிக்கும் பாரிதாசின் முறையில் எனக்கு உடன்பாடில்லை.

அவர் அறையின் வாசலில் தருணாவோடு காத்திருந்த போது 'இங்க எதுக்குங்க வந்திருக்கோம்?' என்று தரையைப் பார்த்துக்கொண்டே கேட்டாள். வாசலில், Dr. Paaridas psychiatrist என்ற பெயர்ப் பலகையை அவள் உற்றுப்பார்த்துப் புருவம் சுருக்கியதை நான் கவனிக்காமல் இல்லை. 'தருணா – நம்ம குழந்த நல்லபடியா வளரணும்னா நானும் நீயும் Physically & mentally ஆரோக்கியமா இருக்கணும். காய்ச்சல் வந்தா கவனிக்கறதில்லையா? அது மாதிரிதான் இதுவும். என் தருணாவோட சிரிப்பு கொஞ்சநாளாத் தொலைஞ்சுபோச்சு – அதக் கண்டுபுடிச்சுக் கொடுங்கன்னு டாக்டர்கிட்டக் கேக்கபோறேன் – Nothing more'. அவள் அழுதிருந்தால்கூட நான் மகிழ்ந்திருப்பேன். ஆனால் அவள் மௌனம் காத்தது பயமுறுத்தியது. என் தோளில் தூங்கிக்கொண்டிருந்த பிரதீபனைக் கை பிடித்து இழுத்து வாங்கிக்கொண்டாள். அவள் இழுத்த வேகத்தில் அவன் கண்களில் குவிந்திருந்த உறக்கம் உருண்டு விழுந்து உடைந்தது. அதுபற்றி அவள் கவலைப்படவில்லை. தோள்மாற்றமே அவளது நோக்கம்.

பழைய பணிவுகளோடு பாரிதாசிடம் தருணா தன்னை அறிமுகப்படுத்திக்கொண்டபோது அதிர்ந்துபோனேன். அவர் தருணாவை வரவேற்று வார்த்தை கூறிவிட்டு என்னை ஒரு நோயாளியைப் பார்ப்பதுபோல் பார்த்தார். ஒரு புதிய நோட்டுப் புத்தகத்தை எடுத்து அதன் அட்டையில் தருணா அமலன் என்று எழுதினார். 'சொல்லுங்க' என்று தன் பேனாவையும்

காதுகளையும் திறந்துவைத்தார். சற்றும் எதிர்பாராதவிதமாய் 'டாக்டர் தயவுசெய்து குழந்தய என்கிட்ட இருந்து பிரிச்சிராதீங்க' என்று தருணா கணீரெனக் கண் கலங்கினாள். 'அது உங்க குழந்த மா. கடவுளே நெனச்சாலும் உங்க கைல இருந்து மாறாது' என்று இருவருக்கும் குளிர்ந்த நீர் பருகக் கொடுத்தார்.

'டாக்டர் – குழந்த பிறக்கறத்துக்கு முன்னாடி இருந்த உற்சாகம் இப்ப இல்ல. மனசு முயல்குட்டி மாதிரி இருக்கும். பேச்சுல ஆச்சரியங்கள் தெறிக்கும். ஒவ்வொரு நாளும் ஒரு ஓவியம் கால்மேல கால்போட்டு ஒக்காந்திருக்கும். கிச்சன்ல எப்பவுமே ஒரு உணவுத் திருவிழா சூழல் இருக்கும். இது எல்லாமே மாறிடுச்சு. Baby Blues–னு படிச்சிருக்கேன். ஆனா ஒரு கணவனா பக்கத்துல இருந்து பாக்கும்போது ரொம்ப பயமா இருக்கு...' நான் முடிப்பதற்குள் தருணா தொடர்ந்தாள். 'ரொம்ப நாளாவே இப்படிப்பட்ட கற்பனைகள் செஞ்சு இவர் கவலைப்பட்டுக்கிட்டு இருக்காரு – நீங்கதான் டாக்டர் இதுக்கு சரியான தீர்வு சொல்லணும்.' அந்த வேகமான வார்த்தைகள் என் கன்னங்களை உராய்ந்து செவிகளில் மோதி தலைமேல் ஏறி நின்றன. அவளை அருகில் வைத்துக்கொண்டு பேசுவது மிகவும் ஆபத்தானது என்று புரிந்துகொண்டேன். அதற்குமேல் அன்று ஒன்றும் பேசவில்லை. கவலை, கோபம், கண்ணீர் எதையும் பகிர்ந்துகொள்ளவில்லை.

அடுத்தநாள் லலிதாவை தருணாவுக்குப் பாதுகாப்பாக விட்டுவிட்டு நான் மட்டும் சென்று மருத்துவர் பாரிதாசைச் சந்தித்தேன். குழந்தை பிறந்த நாள் முதல் கடந்த ஒரு வருடம் நான் சந்தித்த அனுபவங்களையெல்லாம் அவருக்கு விளக்கிக் கூறினேன். 'நீங்க நினைக்கற மாதிரி இது baby blues இல்ல அமலன். அது எல்லாருக்கும் ஏற்படற ஒரு பொதுவான கேள்விநிலை. இந்தக் குழந்தைய நாம எப்படி வளக்கப் போறோம்னு எல்லாத் தாய்மார்களுக்கும் இருக்கிற ஒரு கலக்கம். ஆனா தருணாவுக்கு இந்தக் கேள்விநிலையும் கலக்கமும் மட்டுமில்ல. இது இரண்டையும் தாண்டிய ஒரு ராட்சஸ மிரட்சி இருக்கு. என்னோட கணிப்புப்படி She is suffering from post natal depression. இது baby blues–க்கும் அடுத்த நிலை.

நான் கண்ணிமைக்காமல் கைகட்டிக் கிடந்தேன். அவர் தொடர்ந்தார். Post natal depression பல காரணங்களால வருது.

1. பெண் வீட்டு மரபுவழியாக வரலாம்.
2. Harmone imbalance காரணமா இருக்கலாம்.
3. பிரசவ காலத்தில் நேர்ந்த ஒரு மிகப்பெரிய சோகம் பாதித்திருக்கலாம்.

தருணாவோட health history தெரியாம ஒரு முடிவுக்கு வரமுடியாது. எதனால இந்த மாற்றம் வந்திருக்குனு தெரிஞ்சுக்காம இதைக் குணப்படுத்த முடியாது. அடுத்த தடவ வரும்போது உங்க மனைவியோட மெடிக்கல் ரெக்கார்ட்ஸோட வாங்க' என்று கைகொடுத்தவர் நான் கதவருகே சென்றபோது அழைத்தார்.

'அமலன் – இதச் சரியா ட்ரீட் பண்ணலன்னா அடுத்தது உங்கள யாராவது கூட்டிட்டு வரவேண்டியிருக்கலாம். 'PND in male is rare. Anyways, we'll fix it' என்று எச்சரித்தார். அவருடைய விளக்கங்கள் எல்லாமே எனக்குப் புதியவை.

அவள் மனத்தில் கொப்பளிக்கும் போராட்டங்களை நான் வாங்கிக்கொள்ள வழியிருந்தால் மகிழ்வேன்.

நான் என்ன தவறு செய்தேன்?

என் புன்னகையெல்லாம் தரையில் விழுந்து வீணாகிக்கொண்டிருப்பதை நீங்கள் கண்டுகொள்ளவில்லை.

என் கீறல்களைப் பொறுத்துக்கொள்ளும் கன்னங்கள் இல்லை.

மடி நனைந்துபோவதையும் மனம் நனையாமல் காய்வதையும் என்னால் எடுத்துரைக்க முடியவில்லை.

இதுவரை நான் சிந்திய கண்ணீர்த்துளிகளைத் தொகுத்தால் நூற்றுக்கணக்கானப் பனிக்குடங்களை நிரப்பலாம்.

உங்கள் ஸ்பரிசத்துக்கான என் எதிர்பார்ப்புகளை ஒருங்கிணைத்தால் அது பல ஆண்டுகள் பருவம் தவறிய விவசாய பூமியின் ஏக்கத்துக்கு ஈடாகலாம்.

உங்களுக்கும் எனக்குமான தூரத்தில் பல முட்கள் முளைத்துக்கிடக்கின்றன. எனக்கு நடக்கத் தெரியாது. நீங்கள் செருப்பைத் தொலைத்துவிட்டீர்கள்.

நமக்கான தகவல் அலைவரிசையை நாம் தான் உருவாக்கவேண்டும். ஆனால் உங்கள்

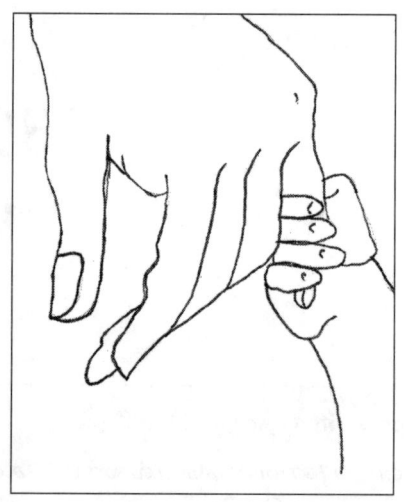

இடைவிடாத மௌனம் பாய்ந்து அதன் அலைக்கற்றைகள் உறைந்துவிட்டன.

மரக்கிளைவிட்டு உதிர்ந்து நதியில் விழுந்து பாறைகளில் மோதி மயங்கிய பூக்களைப்போல நான் சிதறிக் கிடக்கிறேன். என் அருகிலோ சில பாறைகளே சிதறிக் கிடக்கின்றன.

கசக்கப்பட்ட ஒரு வெள்ளைக் காகிதத்தைப் பிரித்து அதில் வரையப்பட்ட ஓவியமானேன். என் சுருக்கங்களுக்கு நான் பொறுப்பல்ல.

உங்களுக்குக் குழந்தையாகப் பிறந்ததற்கு பதிலாக உங்கள் குழந்தைக்கு ஒரு பொம்மையாகப் பிறந்திருக்கலாம்.

பிரதீபனுடைய கண்களிலிருந்து நான் கண்டெடுத்த வரிகள் இவை.

40

Population density தொடர்பான அரசின் சீர்திருத்தத் திட்டங்களை இருபது விளம்பரங்களாக வடிவமைக்கச் சொல்லியிருக்கிறார்கள். மூன்று குறும்படங்களும் தயாரிக்க சொல்லியிருக்கிறார்கள். நகரமயமாதலே வளர்ச்சி என்ற முதல் உலக நிதி மையங்களின் (World Economic Forum, International Monetary Fund, World Bank) புதிய கோட்பாட்டை எதிர்த்து நவீன கிராமங்களின் வல்லமையை முன்வைப்பதே இந்த விளம்பரங்களின் உயிர் நோக்கம். Urbanization & the modern development model என்ற கீணிதி-இன் குறும்படத்துக்கு ஓர் எதிர்ப்படம் தயாரிப்பது என் முதல் பணி. அடுத்த வாரத்துக்குள் சாலமனுக்கு அதன் கட்டமைப்புக் குறிப்புகளை அனுப்பவேண்டும். புதிய பொறுப்பு சுவாரசியமாக இருக்கிறது.

அதிகாலையில் பால்கனியில் அமர்ந்து தேநீர் பருகியபோது அங்கே காய்ந்துகொண்டிருந்த தருணாவின் புடவை என் தலை கோதியது. கோப்பையை மேஜையில் வைத்துவிட்டு படுக்கையறைக்குச் சென்றேன். அவள் கைகட்டி உறங்கிக்கொண்டிருந்தாள். மேலும் கீழும் ஆடை கலைந்து சிவந்த மேனி ஒளிர்ந்திருந்தது. கலைந்த ஆடையைச் சரிசெய்து அதன்மேல்

முத்தமிட்டேன். அவள் நெற்றியில், கழுத்தில், இடையில், தொடையில் முத்தங்கள் அடுக்கினேன். கடைசி முத்தத்தில் கண் விழித்துவிட்டாள். என் கைகளை அள்ளித் தன் முகத்தில் பூசிக்கொண்டாள். என்னைக் குனியச் சொல்லி என் கன்னங்களில் முத்தமிட்டாள். நீண்ட நாட்களுக்கு பின் 'உங்க வேல எப்படிங்க போயிகிட்டு இருக்கு?' என்று விசாரித்தாள்.

தன் உடல் எடையை விடவும் மன எடை அதிகமாக இருப்பதாகச் சொன்னாள். மூளையின் நரம்புகளில் ஏராளமான எண்ணங்கள் வவ்வால்களைப்போல் தொங்கிக் கொண்டிருப்பதாகவும் அதற்கு நேர்மாறாக சில சமயம் தன் ஒட்டுமொத்த சிந்தனைச் சங்கிலியும் இறந்த பறவையின் சிறகுபோல் ஆகிவிடுவதாகவும் தன் நிலையை விளக்க முயற்சித்தாள். 'இந்த இரண்டு நிலைலயும் என்னால இயல்பா இருக்க முடீலங்க. இரண்டுக்கும் நடுல என் மனசக் கொண்டுவர முடியாதா?" என்று என் மார்பில் கன்னம் வைத்தாள். எல்லாக் கேள்விகளும் பதில்களை எதிர்பார்த்துக் கேட்கப்படுவதில்லை. சில கேள்விகள் ஆறுதலை எதிர்பார்த்துக் கேட்கப்படுகின்றன. தருணாவின் கேள்வி இரண்டாம் வகையைச் சேர்ந்தது என்பதைப் புரிந்துகொண்டேன். ஆனால் பாரிதாசிடம் நான் எதிர்பார்த்தது ஆறுதலை மட்டுமல்ல.

நான் எடுத்துச்சென்ற எல்லா மருத்துவ அறிக்கைகளையும் ஓர் ஆராய்ச்சி மாணவனைப்போல வரி விடாமல் படித்து அவற்றிலிருந்து தனிக்குறிப்புகள் தயார் செய்தார். தருணாவின் குடும்பப் பின்னணி, கடந்த நான்கு வருடங்களில் அவள் வாழ்க்கைச் சம்பவங்கள் எல்லாவற்றையும் என்னிடம் விசாரித்து விட்டு மெல்ல எழுந்துசென்று அறையின் ஜன்னல் திரையை விளக்கினார். ஓர் அடுக்குமாடிக் குடியிருப்பு தென்பட்டது.

ஆறு மாதங்களுக்குமுன் அந்த அடுக்குமாடிக் குடியிருப்பின் தண்ணீர்த் தொட்டியில் ஓர் இறந்த கைக்குழந்தையைக் கண்டெடுத்திருக்கிறார்கள். அந்தக் குழந்தையின் கழுத்திலும் வயிற்றிலும் கண்ணை மூடிக்கொண்டு யாரோ கத்தியால் குத்தி கொலை செய்திருக்கிறார்கள். அது அந்தக் குடியிருப்பின் மூன்றாம் மாடியில் வசித்துவந்த ஒரு பெண்ணின் குழந்தை. தகவல் தெரிந்ததும் மொட்டைமாடியில் பெருங்கூட்டம் கூடிவிட்டது.

கூட்டத்தைத் தள்ளிக்கொண்டு ஓடிவந்த அந்தக் குழந்தையின் தாயும் தந்தையும் மண்டியிட்டுக் கதறி அழுதிருக்கிறார்கள். அவள் மயக்கமிட்டு அவன் தோளில் சாய்ந்திருக்கிறாள். இரண்டு நாள் விசாரணையில் கொலையாளியைக் கண்டுபிடித்துவிட்டார்கள். இந்த இடத்தில் நான் கணித்துவிட்டேன். ஆனால் பாரிதாஸ் என் கணிப்பை வேறு வார்த்தைகளில் வெளிப்படுத்தினார். Post Natal Psychosis – இதுதான் அந்தக் கொலையாளியின் பெயர். பெற்றவள் அதன் கருவி.

அந்தக் கணவனும் மனைவியும் இன்று நலமாக இருப்பதாகவும் – அந்தக் கோரமான அனுபவத்திலிருந்து உளவியல் ரீதியாகவும் சட்டரீதியாகவும் அவர்கள் மீள்வதற்குத்தான் உதவியதாகவும் சொன்னார். பிள்ளை பெற்றவள் தன்னையோ தன் குழந்தையையோ காயப்படுத்தும் Post Natal Psychosis மிகவும் அரிது. அந்த அரிதான ஆபத்திலிருந்து தருணா தப்பித்துவிட்டதாக மருத்துவக் குறிப்புகளும் என் அனுபவ விளக்கங்களும் உறுதி செய்வதாகக் கூறினார். மலை உச்சிக்கு அழைத்துச் சென்று தள்ளிவிட்டு நொடிப்பொழுதில் சட்டை நுனியைப் பிடித்திழுத்துக் காப்பாற்றி புல்தரையில் போட்டதுபோல் இருந்தது.

ஜன்னல் திரையை மூடிவிட்டு தன் குறிப்பு நோட்டைத் திறந்தார். பழைய தருணா எனக்கு வேண்டும், அதற்கு என்ன செய்யவேண்டும் என்று அவர் நோட்டைப் பிடுங்கி மூடி வைத்தேன். என்னுடைய நடவடிக்கையை நானே நம்பவில்லை. அவரிடம் மன்னிப்பு கேட்டேன். எல்லாத் தவறுகளையும் செய்துவிட்டு பாதிக்கப்பட்டவனைப்போல நான் நடிப்பதாக என்மீது குற்றம் சுமத்தினார். மௌனமாகக் கை கட்டினேன். நான் நினைத்திருந்தால் Pethedine injections செலுத்த சொல்லி தருணாவின் பதினைந்து மணி நேரப் பிரசவ வலியைக் குறைத்திருக்கலாம் என அவர் சொன்ன தகவல் எனக்கு அந்நியமாக இருந்தது. வலி தொடங்கியதும் மருந்துகள் உட்கொண்டால் அது குழந்தையைப் பாதிக்குமோ என்ற தருணாவின் கவலைதான் அதற்குக் காரணம் என்று விளக்கினேன். தருணாவின் குழப்பங்களுக்கு அந்தப் பதினைந்து மணிநேர வலியும் ஒரு காரணம் என்றார்.

மன அழுத்தங்கள் இரண்டு வகை. உடலியல் காரணங்களால் ஏற்படும் அழுத்தம் ஒன்று (clinical). உளவியல் காரணங்களால் ஏற்படும் அழுத்தம் மற்றொன்று (psychological). தருணாவின் பதினைந்து வருட உடல்கூறு செய்திகளை ஆராய்ந்து பார்க்கும்போது அவளுக்கு ஏற்பட்டிருப்பது clinically driven depression என்று பாரிதாஸ் மருத்துவ ஸ்வரத்தில் பேசினார். அவளுடைய எண்ணெய்ச் சருமம், மாத விலக்கின் கால அளவு, அலைபாயுதல் சம்பவங்களின் நீளம் – இவையெல்லாம் அதை உறுதி செய்கின்றன. உடலின் ரசாயனங்கள் சராசரி சதவிகிதம் மாறும்போது அது மனப்போக்கையும் மாற்றி அமைக்கிறது. Post Natal Depression எனப்படும் இந்த clinical depression நிலையை வார்த்தைகளால் சரி செய்ய முடியாது. மாத்திரைகளால் மட்டுமே முடியும் என்றார்.

குழந்தை வெளியேறிய அதே சமயத்தில் தருணாவை உற்சாகமாக வைத்திருந்த SEROTONIN போன்ற பரவச சுரப்பிகள் பூஜ்ஜிய நிலையை அடைந்துவிட்டன. தன் இசைத் தகவல்களை முழுவதும் தொலைத்த அலைவரிசையாக அவள் அடங்கிவிட்டாள். குழந்தை பிறக்கும்வரை அதன் முகம் காண ஐந்தடி இமைபோலத் துடித்துக்கொண்டிருந்தவள் – குழந்தை பிறந்ததும் அந்த உணர்வுகளை முற்றிலும் இழந்து இருண்டுவிட்டாள். இந்த உடனடி மாற்றம்தான் தருணாவுக்கு நேர்ந்திருப்பது 'உடலியல் பின்னடைவு' என்பதற்கான முக்கிய ஆதாரம். செயற்கை முறையில் கருத்தரிக்கக் கையாளப்பட்ட மருத்துவ சிகிச்சை சிதறிக்கிடந்த குழப்பங்களுக்கு ஒருமை கொடுத்திருக்கிறது.

மருத்துவமனையிலிருந்து ஓர் அவசரவேலை காரணமாக அலுவலகம் வந்துவிட்டேன். வேலைகளை முடித்துவிட்டு எழுதிக்கொண்டிருக்கிறேன். பாரிதாசின் விளக்கத்தில் Post Natal Psychosis என்ற பெயர் மட்டும் ஒரு ட்ரோஜன் வைரஸ் போல என்னைத் துரத்திக்கொண்டிருக்கிறது. தருணாவின் நிலை வேறு என்றபோதும் பிரதீபனை உடனடியாகப் பார்க்கத் தோன்றுகிறது.

❖ ❖ ❖

41

தென்மேற்குப் பருவமழை தன் சின்னஞ்சிறு தூறல்களால் சென்னையில் ஒத்திகை தொடங்கி விட்டது. பூந்தொட்டிகள் வாங்க வசதியில்லாத எதிர்வீட்டுப் பெரியவர் தன் வீட்டு வாசலில் வளர்ந்துநிற்கும் புல்வெளியேனும் பச்சை குறையாமல் இருக்கவேண்டும் என விரும்பி கால்வாயில் கலக்கும் மழைநீரைப் புல்வெளிக்குத் திசைதிருப்பும் வண்ணம் குழாய்கள் அமைத்துப் பராமரிக்கிறார். அலுவலகத்திலிருந்து வீடு திரும்பி காரைவிட்டு இறங்கியதும் தன் ஜன்னல் கம்பிகளுக்கு மத்தியில் அவர் காட்சியளித்தார். ஓர் ஓசோன் புன்னகையால் ஹலோ சொன்னேன்.

கடந்த இரண்டு வாரங்களாக இரவு படுக்கச் செல்வதற்கு முன்னும், காலையில் உணவு உண்ட பின்னும் SSRI, SNRI என்று இருவகையான சிகிச்சைகளை மருந்துகள்வழி மேற்கொள்கிறாள் தருணா. உடலில் 1 பகுதி செரோடோனின் சுரக்கும்போது அதில் 0.5 பகுதி மகிழ்ச்சி உணர்வுகளை உருவாக்க மூளையால் பயன்படுத்தப்படுகிறது. 0.3 பகுதி அறியப்படாத காரணங்களுக்காக எந்தப் பயன்பாடும் இன்றி மூளை நரம்புகளுக்குள் தொலைந்துபோகிறது. 0.2 பகுதி மூளையின் அடிமட்டத்தில் தேங்கிவிடுகிறது. மன அழுத்தம் உடையவர்களுக்கு மொத்தமே 0.5

பகுதி செரோடனின்தான் உற்பத்தியாகிறது. இதில் வழக்கமாக மூளையில் பயன்பாடின்றித் தொலையும் 0.3 பகுதியை தருணா உட்கொள்ளும் மருந்துகள்

தொலையவிடாமல் பார்த்துக்கொள்கின்றன. மூளையின் மித இதச் செய்திகளை சராசரி நிலையில் பராமரிக்கின்றன. அந்தச் சராசரி நிலைக்கும் சில சம்பவங்கள் சவால் விடுகின்றன.

மூன்று நாட்களுக்கு முன் அலுவலகப் பரபரப்பில் உருகிக்கொண்டிருந்தபோது லலிதாவிடமிருந்து ஒரு எஸ்.எம்.எஸ். 'Can you make it to Apollo Kotturpuram as early as possible a small injury to someone'. உடனடியாக அவளை அழைத்தேன். பாடல் ஒன்று கேட்டதே தவிர யாரும் பேசவில்லை. அவசர அவசரமாக என் காரைக் கிளப்பிக்கொண்டு நூற்று இருபது கி.மீ வேகத்தில் பறந்தேன். ஏன் செல்பேசியை எடுக்க மறுக்கிறாள்? யார் அந்த someone? தருணா? அவள் வீட்டைவிட்டு வெளியேற மாட்டாளே. தடுக்கி விழுந்துவிட்டாளோ? லலிதாவின் கணவர்? இருக்காது. அதற்காக என்னை அவள் அழைக்கவேண்டிய அவசியமில்லை. ஒரு வேகத்தடையில் ஏறிக் குலுங்கியபோது பெயர் ஒன்று பளிச்சிட்டது – பிரதீபன்? என் குழந்தை. அவன்தானா? அவனுக்குத்தான் ஏதோ நடந்திருக்கிறதா? பாரிதாஸ் சொன்ன post natal psychosis என் நினைவில் வந்து ரத்தம் கக்கியது. சமையலறையில் இருக்கும் கத்திகளைக்கூட நான் ஒளித்துவைக்கவில்லையே. தவறு செய்துவிட்டேனோ? வாரம் இரண்டு நாட்களேனும் அலுவலகம் வந்து வேலை செய்யவேண்டும் என்ற என் சுயநல முடிவின் விளைவா இது? இந்தக் கேள்விகளின் நெரிசலில் நான் மாட்டிக்கொண்டேன். எனக்கு முன்னால் என் கார் மருத்துவமனையை அடைந்து விட்டது.

ஓடுவதற்கு அவசியமில்லாமல் வாசலில் காத்திருந்தாள் லலிதா. என் கை பிடித்து அழைத்துச் சென்றாள். முதல் மாடி. அறை எண் 102. கதவைத் திறக்கப்போனபோது எங்கிருந்தோ வந்து காலில் விழுந்தாள் தருணா. 'என்ன மன்னிச்சிருங்க – எனக்கு பயமா இருக்கு – நான் ஒண்ணும் பண்ணல – நம்ம குழந்தைங்க – என்ன செய்யறது தெரில...' வாக்கியத் தொடர்ச்சி இன்றி வெலவெலத்திருந்தாள். அந்த அறையின்

கதவைத் திறக்க அச்சமாக இருந்தது. உள்ளே பிரதீபன் உயிரோடு இருப்பான் என்ற உத்தரவாதத்தை சூழ்நிலை மறுத்தது. தருணாவின் கரங்களைப் பற்றிக்கொண்டு 'என்னன்னு சொல்லு?' என்றேன். 'நான்.. இல்லீங்க... அது... எப்படி... வேணாம்... நினச்சே பாக்கல... என் கண் முன்னாடி... என்னங்க... என்ன... நான்...' கதறுகிறாள். என் தோளில் சாய்ந்து சட்டைப் பையைக் கொதிக்கும் கண்ணீர்த் துளிகளால் நிரப்புகிறாள். ஒரு சில விநாடிகளில் மயக்கமிட்டாள். 'தருணாவ நான் பாத்துக்கறேன். நீங்க உள்ள போய்ட்டு வாங்க' என்று லலிதா அவளைத் தாங்கிக்கொண்டாள்.

அறைக்கதவைத் திறந்தேன். உள்ளே இருந்த ஒரு மருத்துவர் குறிப்பெடுத்துக்கொண்டிருந்த எழுத்துச் சத்தம் ஓங்கிக் கேட்கும் அளவு நிசப்தம். தூரத்தில் ஒரு வெள்ளைப் படுக்கையில் மஞ்சள் பொம்மைபோலக் கவிழ்ந்துகிடந்தான் பிரதீபன். அவன் கண்களை மறைக்கும் அளவுக்குத் தலையில் ஒரு மிகப்பெரிய கட்டு. காதோரம் ரத்தக் கசிவு. அந்தக் கோலத்தை கண்டபோது நின்றுபோன என் உயிர், அவன் விரல் அசைவைக் கண்டபோது மீண்டும் அசைந்தது. அவன் உறங்கிக்கொண்டிருக்கிறான் என்பதை உறுதி செய்தபின்தான் என் உடல் அணுக்களுக்கு உணர்ச்சி வந்தன. அவன் பாதங்களைத் தடவினேன். 'எல்லாம் தெரிஞ்சும் உன்னைத் தனியா விட்டுட்டுப் போனதுக்கு என்னை மன்னிச்சிருப்பா' என்று மனத்துக்குள் மன்னிப்புக் கேட்டேன்.

இரண்டொரு நாட்களில் சரியாகிவிடும் என மருத்துவர் ஆறுதல் சொன்னார்.

அறைவிட்டு வெளியில் வந்தபோது லலிதாவின் கணவரும் இருந்தார். என் கண்கள் தருணாவைத் தேடின. அவள் தூரத்திலிருந்த மீன் தொட்டியைப் பார்த்து அழுதுகொண்டிருந்தாள். அவள் கன்னத்தில் அறையவேண்டும் என்ற நோக்கோடு நான் சென்ற போது லலிதா என்னைத் தடுத்து நிறுத்தினாள்.

அவளுக்கு அன்று விடுமுறை. தருணாவும் அவளும் குழந்தையோடு விளையாடிவிட்டு அவனைத் தொட்டிலில் கிடத்திவிட்டு தேநீர் அருந்த கூடத்துக்கு வந்திருக்கிறார்கள். பிரதீபன் தொட்டிலில் எழுந்து நின்று தடுக்கித் தலைகீழாகத் தரையில் விழுந்திருக்கிறான். சத்தம் கேட்டுப் பதறிவந்த

இருவரும் அவனை அள்ளிக்கொண்டு மருத்துவமனைக்குப் பறந்திருக்கிறார்கள். இவ்வளவுதான் நடந்திருக்கிறது. பிரதீபனின் காயத்துக்கும் அவளுக்கும் தொடர்புண்டு. ஆனால் அவள்மீது தவறில்லை. பதறிப் பதறி மயக்கமிடும் அளவுக்கு அவள் குற்றம் இழைக்கவில்லை. இந்தச் சம்பவம் தருணாவை ஓர் ஆழமான குற்ற உணர்ச்சிக்கு ஆட்படுத்தியிருக்கிறது. தயவு செய்து இதைப் பெரிதுபடுத்தி அவளைக் குறுகவிடவேண்டாம் என்று லலிதா கேட்டுக்கொண்டாள். மருத்துவமனைக்கு வருமுன் நினைவில் வளர்ந்த கற்பனைகள் ஒவ்வொன்றையும் நிற்கவைத்து சுட்டுத்தள்ளத் தோன்றியது.

மீன் தொட்டி அருகில் நின்றிருந்த தருணாவை நான் அழைத்தபோது அவள் வர மறுத்தாள். நான் மெல்ல நடந்து சென்று அவள் கண்களைச் சந்தித்தேன். அவை தரையைத் தழுவிக் கிடந்தன. முழங்கையில் தொடங்கி தோள்களைத் தடவினேன். அவளை இறுகத் தழுவி மொத்தக் கண்ணீரையும் எனக்குள் பிழிந்துகொண்டேன்.

42

சில நாட்களாக பிரதீபனைத் தொடுவதற்கே அஞ்சிய தருணா இப்பொழுது அள்ளி அள்ளிக் கொஞ்சுகிறாள். நேற்று வீட்டுக்கு வந்திருந்த என் தொழில் நண்பரை அவள் உபசரித்த விதம் உவகை தந்தது. ஓர் அழகான ஆவணப்படத்தில் தொழில்நுட்பக் காரணங்களால் ஒலிப்பகுதி காட்சிப்பகுதியை விட்டுப் பிறழுவதுபோல தருணாவின் இயல்புகளும் நடவடிக்கைகளும் முரண்பட்டுக் கிடந்தன. அந்த முரண்பாடுகள் மெல்ல மெல்ல மறையக் காண்கிறேன். இயல்புகள் மெல்லத் திரும்புவது கண்டு மகிழ்கிறேன். காலை உணவு நேரம் – உட்கொள்ளும் அளவு – புதிய ஆடைகளின்மீது பற்று – ஆர்ப்பாட்டம் இல்லாத அலங்காரம் – என் தொழில் பற்றிய மயிலிறகு விசாரிப்பு – இவையெல்லாம் தருணா தரையிறங்கியதற்கான அடையாளங்களாய்ப் பார்க்கிறேன்.

கதீட்ரல் சாலையில் இருக்கும் கல்ப த்ருமா கடைக்குப் பலமுறை சென்றிருக்கிறோம். பெண்களுக்கான சுடிதார்கள், சேலைகள், வீட்டுக் கூடங்களுக்கான அழகுப் பொருட்கள், விளக்குகள், நாற்காலி உறைகள், தலையணைகள், தரை விரிப்புகள் என்று விதவிதமான பொருட்கள் குவிந்துகிடக்கும். வழக்கமாக ஒரு

கடைக்குள் சென்றால் அங்கே அடுக்கிவைக்கப்பட்டிருக்கும் அனைத்தையும் அரைமணி நேரத்தில் அலசி அவை பற்றிய ஓர் ஆராய்ச்சிக்கட்டுரைக்குத் தயாராகிவிடுவாள் தருணா.

ஆனால் கடந்த மாதம் தருணாவுக்குச் சுடிதார் வாங்க கல்ப த்ருமா சென்றபோது அந்தத் தெள்ளிய துள்ளலைக் காணவில்லை. 'இது நல்லா இருக்கா பாருங்க' என்று பணியாளர் ஒரு சுடிதாரை எடுத்துப் போட்டார். தருணா அதை உற்றுப் பார்த்தாள். அடுத்தடுத்து அவர் சுடிதார்களை அடுக்கிக்கொண்டிருந்தார். தருணாவால் ஓரிரு விநாடிகளுக்குமேல் அந்தக் குவியலைப் பார்க்க முடியவில்லை. அருகில் இருக்கும் பிரின்ஸ் ஜுவல்லரியில் தோடு வாங்கச் சென்றிருந்தோம். ஆறேழு தோடு வகைகளைக் காட்சிப்படுத்தினார்கள். அவளால் ஒரு முடிவுக்கு வரமுடியவில்லை. அன்று உணவகத்துக்குச் சென்றபோது மெனு வாசித்துவிட்டு 'நீங்களே ஆர்டர் பண்ணுங்க' என்றாள். இதெல்லாம் எனக்குச் சாதாரணமாக பட்டாலும் பாரிதாஸ் என்னிடம் விசாரிக்கும்போது பகிர்ந்துகொள்ள விரும்பினேன்.

மரபுவழிச் செய்தி, வளரும் சூழல், உடலின் ரசாயனப் போக்கு – இம்மூன்றும்தான் ஒவ்வொருவருக்கும் ஒரு குறிப்பிட்ட சுவையை, நிறத்தை, உணர்வை, ஓசையைப் பிரதானப்படுத்தி வைக்கின்றன. பிரதானப்படுத்தப்பட்ட இந்தத் தகவல்கள் மூளையின் செய்திச் சங்கிலியில் பதிவாகிவிடுகின்றன. கடைக்குச் சென்று ஒரு பொருளைத் தேர்ந்தெடுக்கும்போது இந்தப் பிரதான பதிவுகள் உதவுகின்றன. தருணாவின் அசாதாரண உடலியல் ரசாயனப் போக்கினால் ஒரு முடிவெடுக்கும்போது இந்தத் தகவல்களோடு அவளால் தொடர்புகொள்ள முடிவதில்லை. அதனால்தான் தடுமாறுகிறாள். பாரிதாசின் இந்த விளக்கம் எனக்கு விரக்தியைத்தான் கொடுத்தது. ஒவ்வொரு பின்னடைவுக்கும் ஒரு மருத்துவ விளக்கம் இருக்கும் – உண்மைதான் – அதற்காக எத்தனை விளக்கங்களைக்கொண்டு என் வீட்டை நிரப்புவது?

கடந்த மாதத்தின் திசையற்ற நிலை இல்லை இன்று. தன் விருப்பத்துக்கு மாறாக இயங்கிக்கொண்டிருந்தவள் இப்போது தனக்குப் பிடித்தமான உலகங்களில் வாழத் தொடங்கிவிட்டாள். அடிக்கடி தன்னை வெளியில் அழைத்துச் செல்லக் கேட்கிறாள்.

சாக்லெட் எதையும் அவள் தொடுவதில்லை. மட்டன் மோர்க் குழம்பு எங்கள் உணவு மேஜையில் உயிர்த்தெழுந்துவிட்டது. விட்டுவிட்டுப் பெய்யும் மழையைப்போல ஆழமான மௌனங்களுக்கிடையே சிரித்துக்கொள்கிறாள். தருணாவின் உடல்கூறுள்ள எந்த ஒரு பெண்ணும் கருவுற்றுப் பிள்ளை பெற்ற சில நாட்களுக்கு இந்த மயக்க நிலையைத் தவிர்க்க முடியாது எனத் தோன்றுகிறது. தருணாவின் இயல்புநிலை திரும்புவதும் இயற்கைதான். இந்த இயற்கைக்கு பாரிதாசின் மருந்துகள் அவ்வப்போது எடுபிடி வேலை பார்க்கின்றன.

என்னோடு பேசுவதைவிட பிரதீபனோடு அவள் பேசும் வார்த்தைகள் அதிகம். குழந்தையை ஒரு பழைய பொம்மையைப் போலக் கையாண்டவள் இன்று பொம்மைகளையும் உயிர் களாக்கி பிரதீபனுக்குத் துணை சேர்க்கிறாள். அவளுடைய அரவணைப்பில் ஓர் அனுபவம் இல்லை. ஆனால் ஆயிரம் மலர் களின் வெதுவெதுப்பு இருக்கிறது. தருணா தன்னுடைய தாய் என்பது கடந்த சில நாட்களாகத்தான் பிரதீபனுக்குப் பதிவாகத் தொடங்கியிருக்கிறது. அவனுடைய எச்சிலில் ஒளிந்திருக்கும் எதிர்கால வார்த்தைகளால் அதைக் கண்டறிய முடிகிறது.

ஓர் ஓவியத்தின் முழுமை நிலை எனக்குத் தெரியாது. ஆனால் தருணாவின் ஓவியங்கள் எப்பொழுது முழுமை பெறும் என்பதை அறிவேன். புல்வெளி ஓவியமா? அதன் ஓரத்தில் ஒரு பட்டாம்பூச்சிதான் நிறைவு. எக்ப்ரெஸ் அவென்யூ ஷாப்பிங் மால்? மூன்றாவது மாடியில் பஞ்சு மிட்டாய் ஏந்திய ஒரு குழந்தைதான் நிறைவு. மெரீனா கடற் கரையா? துப்பாக்கி – வண்ண பலூன்கள் அதன் பின் கரை நிறைவு. தி.நகர். ரங்கநாதன் தெரு? தன் தந்தையின் விரலைப் பிடித்துக்கொண்டு நடக்கும் சிறுமியின் பட்டுப் பாவாடையில் சுருக்கங்கள் நிறைவு. வடபழனி முருகன் கோவிலா? வாசல் கடைகளின் பரபரப்புதான் நிறைவு. நான் மட்டும் நிறைந்த ஓவியமா? என் லாப்டாப் உச்சியில் சிலந்திவலை நிறைவு. அவளும் நானும் நிறைந்த ஓவியமா? அவளது கண்களில் வெட்கம்தான் நிறைவு.

ஒவ்வொரு அறையிலும் காணப்படும் சமீபத்திய சித்திரங்களில் என்னால் இந்த நிறைவுகளை அடையாளம் காணமுடிகிறது.

நீண்டநாட்களுக்குப் பின் தருணாவின் ஓவியங்களில் கோடுகள் நிறங்களைப் புரிந்துகொள்ளத் தொடங்கிவிட்டன.

43

தமிழ்நாட்டில் மீண்டும் ஓர் அரசியல் சுழல். தனிப்பட்ட முறையில் நான் எதிர்பார்த்த ஒன்றுதான் என்றாலும் இந்தப் பலமுனை மாற்றங்கள் விசித்திரமாக இருக்கின்றன. வரவிருக்கும் சட்டமன்றத் தேர்தலுக்கும் நானே பிரசார மேலாளராகத் தொடரவேண்டும் என்று தவுலத் கேட்டுக்கொண்டிருக்கிறார்.

இரண்டு நாட்களுக்குமுன் அந்த மூன்று அமெரிக்கர்களையும் உயிரோடு புதைக்காமல் இருந்திருந்தால் தனி ராணுவம் இந்தக் கத்திமுனை நிலையிலிருந்து தப்பித்திருக்கலாம். மூவரையும் கை கால் வாய் கட்டி மண்ணுக்குள் புதைத்து அவர்கள் உருவம் மறைந்தும் மணல் துகள்கள் துடித்தபோது கடப்பாரைகளை இறக்கி நசுக்கிய காட்சி எல்லாத் தொலைக்காட்சிகளிலும் ஒளிபரப்பாகிவிட்டது. இந்தக் கொடூரமுறைத் தண்டனைக்குப் பொதுமக்கள் கடும் கண்டனம் தெரிவித்திருக்கிறார்கள். உலக நாடுகளின் தலைவர்களும் இது ஒட்டுமொத்த மனித குலத்துக்கு எதிரான செயல் என உணர்ச்சி வசப்பட்டிருக்கிறார்கள். சற்றுமுன் சாலமன் விடுத்திருக்கும் அறிக்கையிலும் நம்பகத்தன்மை குறைவாகவே இருக்கிறது.

அமெரிக்கா, உலக வங்கி, பன்னாட்டுத் தொழில் நிறுவனங்கள் ஆகிய முதல் உலக மூலங்கள் பொருளாதார அடியாட்களைத் தயாரிக்கின்றன. இந்த Economic hitman–களின் (EHM) நோக்கம் இரண்டு.

தங்களை உருவாக்கிய சக்திகளின் உலக அதிகாரம் குறையாமல் காப்பது. அந்த அதிகாரத்தை விரிவுபடுத்துவது.

உலகவங்கியில், தொழில் நிறுவனத்தில் அல்லது அமெரிக்க அரசாங்கப் பணியில் இயங்கிக்கொண்டிருப்பது இவர்களின் வெளிமுகம். ஆனால் தங்கள் இலக்கை அடைய இவர்கள் ஆற்றும் பணிகள் நட்சத்திரங்களைவிட அதிகம். EHM பணிகளை இரண்டாக பிரிக்கலாம்.

1. பொருளாதார வளம் மிக்க நாடுகளுக்குச் சென்று அடிப்படை வசதிகள் முதல் நேனோ டெக்னாலஜிவரை எல்லாவற்றையும் ஆராய்ந்து இல்லாத குறைகளை இருப்பதாக ஆவணப்படுத்தி, விளக்கி, அவற்றைத் தங்களால் தீர்க்க முடியும் என அந்நாட்டு அரசியல்வாதிகளை நம்பவைத்து, ஒப்பந்தங்கள் கையெழுத்தாகச் செய்து, டாலர் கரன்சியை பலமாக்கி, வளம் மிக்க நாட்டைக் கடனாளி யாக்குதல். உடன்படாத அரசியல்வாதிகளையும் சமூக ஆர்வலர்களையும் விபத்து வழியாகக் கொலை செய்தல்.

2. வளரும் நாடுகள் ஆதிக்கம் செலுத்திவிடக்கூடாது என்பதற்காக அடிக்கடி மதம், இனம், நிறம் அடிப்படையிலான பிரிவினைகளைத் தூண்டுதல். ஆட்சிக்கு எதிரான கிளர்ச்சிகளை ஏற்படுத்துதல்.

அமெரிக்கா தன் ஆதிக்கத்தை நிலைநிறுத்த உருவாக்கிய இந்த கலாசாரம் இன்று அவர்களுடைய பொருளாதாரத்துக்கே எதிராகத் திரும்பியிருக்கிறது.

உயிரோடு புதைக்கப்பட்ட மூவரும் கடந்த ஒரு ஆண்டு காலமாகத் தனி ராணுவ உளவுத்துறையால் கண்காணிக்கப்பட்டு வந்த பொருளாதார அடியாட்கள். தமிழ்நாட்டின் சில ஜாதிய அமைப்புகளோடும் உள்நாட்டு விவசாய நிறுவனங்களோடும் இவர்கள் நடத்திய பேச்சு வார்த்தைகளும் அவை தொடர்பான நடவடிக்கைகளும் பதிவாகியிருக்கின்றன. இவர்களுடைய

பன்முகங்கள் துப்பறியப்பட்டு இம்மூவரின் நோக்கம் இன்னது என்று உறுதிசெய்யப்பட்ட பின்னரே அரசு கைது செய்திருக்கிறது.

சாலமனின் விளக்கம் ஒருசில சமூகவியல் ஆராய்ச்சி வர்க்கத்தைத் தவிர வேறு யாரையும் சாந்தப்படுத்தியதாகத் தெரியவில்லை. அயலகத் தூதரகங்களின் நெருக்கடிக்கு இணங்கி நடுவண் அரசு தமிழக அரசின் அவசரநிலையை அனைத்து அதிகார அடுக்குகளிலும் நீக்கிவிட முற்பட்டிருக்கிறது. அதன் முதல் கட்டமாக இன்று மாலை தனி ராணுவத்தோடு ஆயுத முடக்கு ஒப்பந்தம் (Weapon deactivation deal) செய்துகொள்கிறது. அதன்படி புதிய அரசியல் சட்டத்தின்கீழ் மாநிலத்தின் பாதுகாப்புக்கு என்று கொள்முதல் செய்யப்பட்ட அனைத்து ஆயுதங்களையும் நடுவண் அரசின் உள்துறை அமைச்சகத்திடம் ஒப்படைக்கவேண்டும்.

தனி ராணுவ ஆட்சி நிறைவேற்றிய அனைத்துத் தண்டனை களுக்கும் குற்றப்பத்திரிகை தாக்கல் செய்யவேண்டும். அவசரநிலை கலைக்கப்பட்டு இந்திய அரசியல் ஜனநாயக விதிகளைப் பின்பற்றி ஒருமாத காலத்துக்குள் சட்டமன்றத் தேர்தல் நடைபெறும். இதுவரை ஆட்சிப் பொறுப்பில் இருந்த தனி ராணுவம் தானும் ஓர் அரசியல் கட்சியாகத் தம்மைப் பதிவுசெய்து போட்டியிடலாம். அலைவரிசைகளில் இந்த அறிக்கை வரிகள் ஊர்ந்துகொண்டிருக்கின்றன. தனி ராணுவத்துக்குப் பொதுமக்களின் ஆதரவு முற்றிலும் குறைந்ததன் விளைவாகவே நடுவண் அரசின் கை ஓங்கியுள்ளது. Revolution is all about manipulating public opinion என்ற 'நாளை' நிறுவனத்தின் இணையதள வாசகம் என் நினைவில் சிவப்பாய்ச் சொட்டிக்கொண்டிருக்கிறது.

தமிழகத்தின் வெவ்வேறு பகுதிகளில் புதிய ராணுவ இயக்கங்களாக உருவெடுக்கவிருந்த ஒன்பது தனித்தனி இளைஞர் இயக்கங்கள் தம்மைப் புதிய அரசியல் கட்சிகளாக அறிவித்திருக்கின்றன. நடைபெறவிருக்கின்ற சட்டமன்றத் தேர்தலில் பத்து புதிய பிரதிநிதித்துவங்களைப் பற்றி வாக்காளர்கள் சிந்தித்தாக வேண்டும். அவர்கள் சிந்திக்கிறார்களோ இல்லையோ – ஊடகங்களுக்கு இது ஒட்டக வேட்டை.

தங்கள் திட்டங்கள் மக்களை முழுமையாகச் சென்றடைய வேண்டும் என்ற நோக்கத்துக்காக தமிழகத்தின் மூன்று அரசியல் தலைவர்கள் தீட்டிய சூத்திரம்தான் தனி ராணுவம் என்று புதிய செய்தி புறப்பட்டிருக்கிறது. பந்தின் திசை புரியவில்லை.

44

கருணாகரன் கேட்டிருந்த குறும்படங்களைத் தயாரித்து வைத்திருந்தேன். இன்று மாலை கடற்கரைக்குச் சென்றபோது அங்கே தமிழ் வாசகங்கள் செதுக்கிய புதிய அடையாளக் கல் ஒன்று உயரமாய் எழுந்திருந்தது. அதைப் பார்த்ததும் நான் தயாரித்து வைத்திருந்த ஒவ்வொரு குறும்படமும் எனக்குள் ஒளிபரப்பாகி ஒழுகி மறைந்தன. இதயத்தில் ஒரு கனத்த கருப்புத்திரை அவிழ்ந்தது.

ஆங்கிலேயர் ஆட்சிக் காலத்தில் இந்தியா அவர்களின் வேளாண் பிரிவாகப் பயன் படுத்தப்பட்டது. விவசாயம் சார்ந்த பொருளாதாரக் கொள்கைகள் நடைமுறையில் இருந்திருக்கின்றன. சுதந்தரத்துக்குப் பின் நேர்ந்த தொழில் புரட்சியும் சிலிகான் புரட்சியும் திட்டக்குழுவின் திசையை மாற்றி அமைத்திருக்கிறது.

நம் விவசாய பூமி யாருக்கோ விலை போனதும் தவறு – இன்று நமக்கே பயன்படாமல் போவதும் தவறு. இடைப்பட்ட ஒரு நிலையை உருவாக்கவேண்டும். இது தனி ராணுவத்தின் கனவுகளில் ஒன்று.

நகரத்தின் உருவாக்கவியலை கிராமங் களுக்கும் கிராமங்களின் விவசாய வாழ்வியலை

நகரத்துக்கும் பகிர்ந்தளித்து இயங்கச் செய்தல் ஒரு தீர்வாகலாம் என்பது 'நாளை' நிறுவனத்தின் எண்ணம். நகரம், கிராமம் என்ற பிம்பங்களின் வேறுபாடுகளை உடைத்து சமூக நீரோட்டத்தில் கரைத்திடுவதே இதன் நோக்கம். இரண்டும் கலந்த புதிய சமூக அமைப்பே விளைவு (Mono Identity Society). ஏற்றுக்கொள்ளப்படும் என எனக்கு நம்பிக்கையில்லை.

'இந்த ஒருமுகச் சமூகம் ஒன்றும் புதிதல்லவே. வேற்றுமையில் ஒற்றுமை என்பதும் இதைத்தானே வலியுறுத்துகிறது' என்று கருணாகரனோடு நான் வாதம் செய்திருக்கிறேன். 'வேற்றுமையில் ஒற்றுமை என்ற தத்துவத்தின் அரசியல் நகர்வுகள் ஒவ்வொன்றும் வேற்றுமையை மட்டுமே அடிப்படையாகக் கொண்டவை. ஒருமுக அரசியலின் நகர்வுகள் ஒற்றுமையை அடிப்படையாகக் கொண்டவை' என்று வழக்கம்போல எனக்குப் புரியாத ஒப்பீடுகளைச் சொல்லி அன்று தப்பித்துக்கொண்டார்.

தண்ணீர், மின்சாரம், கல்வி, வாழ்க்கைத் தரம், பணப் புழக்கம், சர்வதேசத் தொடர்பு, போக்குவரத்து போன்ற சில கூறுகள் ஆராயப்பட்டு ஒரு குறிப்பிட்ட மாவட்டம் நகரமயமாகியிருக்கிறதா என்று கணக்கிடப்படுகிறது. தமிழ்நாட்டில் சென்னை நூறு சதவிகிதமும் இரண்டாம் மாவட்டமாக கன்னியாகுமரி எண்பத்து இரண்டு சதவிகிதமும் நகரமயமாகியிருப்பதாக சென்சஸ் புள்ளிவிவரங்கள் தெரிவிக்கின்றன. கடைசி மாவட்டமாக பதினொரு சதவிகிதம் நகரமயமாகியிருக்கிறது அரியலூர்.

தங்கள் திட்டத்தின் பயிற்சிக் கட்டமாக சென்னை அரியலூர் ஒருமுகப் பணிகளைத் தொடங்கவேண்டும் என இரண்டு நாட்களுக்குமுன் மின்னஞ்சல் அனுப்பியிருந்தார். தகவல் தொடர்பு தளபதியும் இரண்டு மாவட்டங்களின் கட்டுமானம் மற்றும் கலாசார விவரங்களை நீள அகல ஆழத்தோடு சமர்ப்பித்திருக்கிறார். இந்தப் பயிற்சிப் பணிகளுக்குத் தடைகள் விளைவிக்க முற்பட்ட மூன்று அமெரிக்கர்களைத் தனி ராணுவம் மன்னித்திருக்கலாம். கோடி கனவுகளைக் கொண்டவர்கள் கண் சிவக்காமல் பொறுத்திருக்கலாம்.

மாலை மயக்கத்தில் முழுக வந்த காதல் ஜோடிகளால், கிரிக்கெட் அரைக்கால் சட்டைகளால், பேச்சுத் துணை அற்ற முதியவர்களால், லாந்தர் விளக்கு கிளி ஜோதிடர்களால், கிடப்பில் கிடந்த பழைய காவல்துறையால், வினாடிக்கு வினாடி தெறித்த ஊடக 'பளிச்'சினால் கடற்கரையின் அந்த அடையாளக் கல் சூழப்பட்டிருந்தது.

வெண்ணிறக் கல்லில் செந்நிறக் குறிப்புகள்:

ஒன்பது புதிய கட்சிகளுக்கும் எங்கள் வாழ்த்துகள். பொதுமக்களின் கண்களில் புன்னகை பாய்ச்சுகின்ற புதிய வெளிச்சமாக நீங்கள் பரவ விரும்புகிறோம்.

பத்து ஆண்டுகால ராணுவ ஆட்சி என்ற எங்கள் இலக்கு கலைக்கப்பட்டாலும் ஒன்பது புதிய கட்சிகளின் மூலம் 'மாற்று அரசியல்' எனும் கனவு கரையேறியிருக்கிறது. ஓர் ஆட்சியாளருக்கான தகுதிகளைத் தூய்மைப்படுத்தியிருப்பதாக நம்புகிறோம். இந்தியத் துணைக்கண்டத்தைப் பன்னாட்டு நிறுவன வர்க்கத்திடமிருந்து மீட்டெடுக்கப்போகும் தமிழக தளபதிகளை அடையாளம் கண்டுவிட்டோம்.

நாளை முதல் அனைத்து மாவட்டங்களிலும் எங்கள் படைகளை விலக்கிக்கொள்கிறோம். சமூகப் பயன்பாடுமிக்க அரசியல் நோக்கங்களுக்கு மட்டும் படை வீரர்கள் துணை நிற்பர்.

தனி ராணுவத்தின் அலுவலகங்கள் அரசியல் பரிசோதனைச் சாலைகளாக மாற்றப்படும்.

வன்முறை எங்கள் வழியல்ல. நெல் விளையப் புழு உரமாகும் இயற்கை வழி அணுகுமுறை. ஒருநாளும் எங்கள் சினத்தை மறைத்தல் கூடாது என்பது கொள்கை. அதற்கு மாறுவேடம் கூடாது என்பது சட்டம். இந்த மண்ணை நேசித்ததனால்தான் ஏழ்வரும் சீருடை அணிந்தோம். இந்த மண் எங்களை நேசிக்கவேண்டும் என்பதற்கில்லை.

ஒரு தேசத்தின் முதுகில் நவீனச் சிறகுகள் முளைக்கும் போதெல்லாம் - கொதிகொதிக்கும் கீற்றுகளைக் கொண்டு தன் ஆகாயத்தை அது புதுப்பித்துக்கொள்கிறது. இந்திய வானத்தின் புதுப்பித்தல் பரிசோதனை தமிழ்நாட்டில் தொடங்கியிருக்கிறது.

எரிமலைக் கனவால் துயில் கலைந்த குழந்தையைத் தழுவுவதுபோல் - தாய்மண்ணைத் தழுவுங்கள்.

கபிலன் வைரமுத்து | 155

ஆட்சியைவிட அரசியல் தூய்மை ஆளுமை மிக்கது.

பதவிகளைவிட பெருங்கோபம் பெரியது.

நம்பிக்கையோடு:

ஆனந்தன், பாலா, தவுலத், கருணாகரன், சாலமன் , சத்யா, இம்ரான்

கண்களுக்கு பழக்கப்பட்ட அந்தக் கடைசிக் கையெழுத்து களைப் பார்த்ததும் உடனே கடலைப் பார்க்கத் தோன்றியது. காற்றடித்து மண் விழுந்தபோதும் கண் சிமிட்டவில்லை. எனக்கே விளங்காத ஓர் உணர்வை அலைகளோடு பகிர்ந்துகொண்டு வீடு திரும்பினேன்.

45

இந்தப் புத்தகத்தின் பக்கங்கள் காற்றில் புரண்டு கொண்டிருந்தது கண்டேன். அந்திநிற மணிகளாய் என் மயக்கங்கள் இதில் உருண்டுகொண்டிருப்பதை உணர்கிறேன். நீண்ட நாட்களுக்குப்பின் என் கணவரின் விரல்களுக்கு ஓய்வுகொடுத்து மீண்டும் எழுதத் தொடங்குகிறேன்.

அன்று ஒரு பூந்தோட்டத்திலிருந்து தேன் துளிகளைப் பகிர்ந்துகொண்டேன். இன்று ஒரு கானகமாக வளர்ந்து பல பாடல்களை சுமந்துகொண்டிருக்கிறேன். ஒருசில பாடல்களைத் தான் என்னால் மொழிபெயர்க்க முடிகிறது. அவற்றை மட்டுமே எழுதப்போகிறேன்.

வாசற்படியில் அமர்ந்து சாலை பார்த்துக் கொண்டிருந்தபோது என் தூரங்கள் அதில் துள்ளிக்கொண்டிருந்தன. என் பாதங்கள் இனி மௌனம் கலையவேண்டும் எனக் கால்மிதி மென்மையாய்க் கட்டளை இட்டுக்கொண்டு இருந்தது.

அந்த ஒரு நொடி ஏன் இத்தனை நாட்கள் அரங்கேறாமல் இருந்தது? அந்த ஒரு மின்னல் இத்தனைக் காலம் எந்தெந்த மேகங்களில் ஒளிந்திருந்தது? இதற்கு முன்னால் அந்தக் காட்சி என் கண்முன் நிகழ்ந்திருக்கலாம்.

ஆனால் இந்த முறை மட்டும் அதைப் பேரின்ப ஒளிக்கீற்றுகள் இயக்கியது எவ்வண்ணம்?

படியில் அமர்ந்திருந்த என் தோளில் ஒரு மல்லிகை ஸ்பரிசம். திரும்பிப் பார்த்தால் பிரதீபன். அவன் புறாநிறப் புன்னகை என் உச்சந்தலையில் குவிந்துகிடந்த மேகங்களையெல்லாம் அருவியாய் அள்ளி நெய்து பொழியச் செய்தது. தன் மெத்தையில் இருந்து தானே எழுந்து முதல்முறையாக அவன் நடை தொடங்கியிருக்கிறான் என்பதை உணரவே எனக்கு ஓரிரு நிமிடங்களாயின.

என் நெற்றியிலும் மூக்கிலும் தன் விரல்களை ஓட விட்டான். என் கண்களைத் தடவிக் கொஞ்சம் கண்ணீரை அள்ளிக்கொண்டான். மெல்ல மெல்ல என்னைக் கடந்து வாசல் தாண்டினான். சாலையில் கிடந்த பூக்களில் ஒன்றை அள்ளி உற்றுப் பார்த்தான். அதில் ரகசியம் ஏதுமில்லை என்பதுபோல அலட்சியப்படுத்தித் தவறவிட்டான். மழைத் தூறல் தொடங்கியது. யாரோ அவனை இடைவெளியின்றி முத்தமிடுவதுபோல வெட்கப்பட்டுச் சிரித்தான். மரங்கள், வாகனங்கள், ஒரு சில மனிதர்கள் எல்லாம் என் காட்சிப் பாதையில் உள்ளடங்கி இருந்தாலும் – என் கண்களுக்கு அவனையும் அவன்மேல் ஒரு வானத்தையும் தவிர வேறேதும் தெரியவில்லை.

என் விழிகளில் அவன் பிம்பம் இளைத்துக்கொண்டே வந்தது.

அது சட்டென உயரம் குறைந்தது. அவன் தடுக்கி விழுந்துவிட்டான். காற்றை எட்டி உதைத்து ஓடினேன். என் ரத்தக் குழாய்களெல்லாம் பித்தம் பிடித்துப் பதறின. அருகில் சென்று பார்த்தால தன் கண்களுக்குக்கூடத் தெரியாமல் அழுதுகொண்டிருந்தான். என்னைப் பார்த்ததும் அழுகை நிறுத்தி தன் கைகள் நீட்டினான். தரையில் கிடந்த என் உயிரை அள்ளி உடலோடு கரைத்துக்கொண்டேன்.

இத்தனை நாட்களாய் நான் எந்த ஒரு தெய்வத்துளிக்காகத் தவமிருந்தேனோ அது இங்கே உருவமாகிச் சிரிக்கிறது. யாருடைய வருகைக்காக நான் காத்திருந்தேனோ அவனது அடிச்சுவடுகள் என் மண்ணில் ஓவியங்கள் செய்யத்

தொடங்கிவிட்டன. யாருடைய உறக்கத்தைப் பாதுகாக்க என் மடி ஏங்கிக்கொண்டிருந்ததோ அவனது இமைகளுக்குள் பூரணமாய்த் தொலைந்துவிட்டேன். யாரிடம் அடிபணிய என் பூமி விரும்பியதோ அவனுடைய கரங்களுக்குள் அடக்கம் கொண்டேன். என் வீதியின் கம்பங்களில் விளக்குகளை அகற்றிவிட்டு நட்சத்திரங்களைப் பொருத்திக்கொண்டேன்.

என் அரியணையில் அடுக்கிவைத்திருந்த ஊமை பொம்மைகளை நீக்கிவிட்டு அதை விடியலின் ஓசைகளால் நிரப்பிவிட்டேன்.

கருவுற்றிருந்த காலகட்டத்தில் குழந்தையைப் பற்றிய என் கனவு குறுகிக்கிடந்தது. குழந்தையின் உருவத்தையும் மென்மையையும் அது தாண்டவில்லை. ஒருவேளை குழந்தை கதறும் காட்சிகளும் என் கற்பனையில் வளர்ந்திருந்தால் என் மனமும் உடலும் அதற்குப் பழக்கப்பட்டிருக்கலாம். இன்று நான் பழைய நிலையை உணர்ந்தாலும் ஒவ்வொரு நிமிடமும் எனக்குள் ஒரு ரசாயன மாற்றம் நிகழ்ந்துகொண்டிருப்பதாகத் தோன்றுகிறது. அது எல்லையற்ற அலைகளை ஏற்படுத்திக்கொண்டிருக்கிறது. கவலையில்லை. இந்த பாதிப்புகள் இல்லாமல் இருந்திருந்தால் பிரதீபன் கிடைத்திருக்க மாட்டான்.

அவனோடுதான் இனி என் பொழுதுகள் புரளவேண்டும். என் நிழலுக்குள்தான் இந்த நதி ஓடவேண்டும். அவனுடைய ஒவ்வொரு அணுவையும் நான் முத்தமிட வேண்டும். அவனுடைய பால் பல்வரிசை எனக்குக் காயங்கள் தரவேண்டும்.

நீரினால் ஆன உலகில் கடல்பரப்பு குறையலாம். கட்டித் தழுவிட கனவுகள் இருக்கும்வரை பூமியின் ஈரம் குறையாது.